TRÁI TIM

Tác phẩm: **CHIA SẺ TỪ TRÁI TIM**
Tác giả: **Thích Pháp Hòa**

Bản quyền © 2024 First News - Trí Việt

Thực hiện: **Thuần Hóa - Thoại Uyên - Ngọc Thúy**

Quý độc giả có nhu cầu liên hệ, vui lòng gửi email về:
Bản thảo và bản quyền: rights@firstnews.com.vn
Phát hành: triviet@firstnews.com.vn

CÔNG TY VĂN HÓA SÁNG TẠO TRÍ VIỆT – FIRST NEWS
11H Nguyễn Thị Minh Khai, P. Bến Nghé, Quận 1, TP. HCM
Ngôi Nhà Hạt Giống Tâm Hồn, Đường Sách Nguyễn Văn Bình, Quận 1, TP. HCM
Tel: (84.28) 38227979 – 38227980

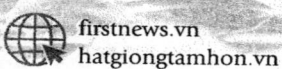
firstnews.vn
hatgiongtamhon.vn

facebook.com/firstnewsbooks
facebook.com/hatgiongtamhon

Sa Môn

THÍCH PHÁP HÒA

CHIA SẺ TỪ TRÁI TIM

50 Bài giảng nhân quả thiết thực trong cuộc sống

Nối bản

First News

NHÀ XUẤT BẢN DÂN TRÍ

LỜI NÓI ĐẦU

Thành phố Edmonton (tỉnh Alberta, Canada), vốn là nơi hẻo lánh, ít người Việt sinh sống, những năm gần đây bỗng nhiên trở thành điểm tu học của đông đảo đại chúng gần xa. Thậm chí, có những người từ Việt Nam bay nửa vòng Trái Đất qua chỉ để tham dự khóa tu tại tu viện Trúc Lâm và tu viện Tây Thiên do thầy Thích Pháp Hòa hướng dẫn. Điều này chứng tỏ nơi nào có bậc chân tu, nơi đó ắt trở thành chốn tùng lâm cho người người quay về nương tựa.

Trong số rất nhiều giảng sư nổi tiếng của Phật giáo Việt Nam, thầy Thích Pháp Hòa nổi bật lên như một hiện tượng. Sự mến mộ gần như tuyệt đối mà đại chúng cả ở trong nước và hải ngoại dành cho thầy khiến nhiều người cảm thấy vừa rất ngạc nhiên vừa hoan hỉ. Niềm tin về chánh pháp, về những bậc chân tu lại được thắp lên vì thời nay vẫn có những vị tu sĩ mẫu mực và gần gũi đến như vậy.

Để thực hiện được quyển sách này, ban biên tập đã nghe lại hàng trăm bài pháp thoại của thầy Thích Pháp Hòa trong hơn mười năm trở lại đây vì chúng tôi không muốn bỏ sót nội dung quý giá nào mà thầy đã chia sẻ. Khi xem lại những bài pháp thoại đầu tiên được đăng trên YouTube từ năm 2010, ban biên tập chúng tôi bất ngờ khi thấy phong thái của thầy không quá khác biệt so với bây giờ. Tức là khi tuổi đời còn rất trẻ, thầy đã định hình được cho mình một phong cách truyền đạt rất thu hút, một lập trường vững vàng về giáo pháp. Bên cạnh đó, bản thân thầy cũng có một cuộc sống dấn thân với những trải nghiệm vô cùng phong phú và gần gũi với mọi người – những chất liệu làm nên những câu chuyện đời thường vốn đã trở thành "thương hiệu" của thầy.

Trong những câu chuyện kể, có thể nhận ra khi còn là một cậu bé, thầy đã có chí nguyện đi theo Phật và có lòng ngưỡng mộ đối với các vị chân tu. Thầy bắt chước từng động thái, cử chỉ của vị sư phụ cho ra dáng người xuất gia. Thầy kể vui rằng thấy sư ông đi lom khom, thầy cũng đi lom khom vì nghĩ rằng người tu phải có bộ dạng như thế. Ở độ tuổi mà bạn bè đồng trang lứa đang mải mê đá dế, đá cá, thầy đã bắt đầu tập ăn chay, giữ giới, không sát sinh. "Thú chơi" của thầy cũng rất khác người, khiến nhiều bạn bè xung quanh cho là lập dị: thầy thường lấy đất sét về để làm quan tài cho những con gián, con dế, con thằn lằn chết và làm lễ tang đàng hoàng cho chúng. Những hành động đó tuy có vẻ kỳ quặc đối với người đời nhưng nhìn qua lăng kính của người tu hành, đó là hạt giống từ bi của một vị chân tu đã được gieo và nuôi dưỡng từ nhiều đời trước.

Năm mười hai tuổi, thầy phải theo gia đình sang Canada. Nơi gia đình thầy định cư, thành phố Edmonton, không có nhiều người Việt sinh sống và dĩ nhiên là không có một ngôi chùa nào. Ấy thế mà sau gần bốn mươi năm, chính thầy cùng sư phụ của mình là Hòa thượng Thích Thiện Tâm đã gầy dựng nên tu viện Trúc Lâm và tu viện Tây Thiên khang trang như hiện nay. Đó không chỉ là thành quả của sự kiên trì, nỗ lực to lớn mà còn cho thấy chí nguyện phi thường của người xuất gia.

Trong bức tranh toàn cảnh của Phật giáo Việt Nam, những người có tín ngưỡng hoặc hành trì theo truyền thống Tịnh Độ vẫn chiếm một số lượng áp đảo, bất chấp sự phổ biến của các phương pháp thiền trong thời gian gần đây. Bởi lẽ, truyền thống Tịnh Độ dễ hành trì trong đời sống, đồng thời có nhiều phương tiện cũng như hình tượng để mọi người có thể nương tựa về mặt tinh thần.

Thầy Thích Pháp Hòa là một vị tu sĩ có pháp tu thiên về truyền thống Tịnh Độ. Thế mạnh của thầy là nói bằng ngôn ngữ của số đông đại chúng, giải đáp được những vấn đề mà nhiều người thời nay đang gặp phải. Thầy không chỉ trả lời những thắc mắc về lễ nghi tôn giáo mà còn chỉ dẫn cho Phật tử cách ứng dụng Phật pháp vào đời sống để chuyển hóa nỗi khổ niềm đau. Khi nghe những bài pháp thoại của thầy, chúng ta có cảm tưởng rằng trong suốt bốn mươi năm tu hành, dường như thầy đã "thẩm thấu" hết một khối lượng kinh điển đồ sộ vào tâm khảm nên mới có thể diễn giải Phật pháp một cách giản dị, gần gũi, dễ đi vào lòng người như thế để ai cũng có thể hiểu được và thực hành theo.

Trong các bài pháp thoại của thầy, những câu chuyện kể thường chiếm quá nửa thời lượng buổi giảng. Những câu chuyện này không chỉ nhằm minh họa, giải thích rõ hơn những khái niệm, giáo lý trong kinh điển mà còn làm cho bầu không khí thêm phần thoải mái, đồng thời đem lại nhiều tiếng cười cho đại chúng. Phong cách này của thầy có lẽ chính là "bí quyết thành công", giải thích tại sao những buổi pháp thoại của thầy luôn có sức hấp dẫn lớn đến vậy. Phong cách rất riêng này đến một cách tự nhiên từ chính con người của thầy. Phải là một người sống trọn vẹn, sâu sắc với hiện tại mới có thể nhìn ra những điều quý giá trong đời sống mà phần đông con người chúng ta cho là bình thường. Phải là một người có sẵn trái tim bao dung và rộng lớn thì mới có thể nhìn mọi vấn đề khó khăn trong cuộc sống bằng năng lượng bình an và yêu thương như thế.

Chia sẻ từ trái tim là một tuyển tập chọn lọc từ hàng trăm bài pháp thoại phong phú của thầy Thích Pháp Hòa, được ban biên tập phân loại theo các chủ đề nhằm hệ thống lại những khái niệm, tư tưởng căn bản của đạo Phật qua lời giảng gần gũi của thầy, để mỗi người chúng ta có thể đưa vào áp dụng trong cuộc sống hằng ngày của mình.

Quyển sách chắt lọc này sẽ là một cẩm nang cần thiết luôn đồng hành cùng chúng ta trên hành trình thiết lập nên một đời sống bình an và tỉnh thức.

- Ban biên tập First News

DẤU ẤN
ĐẠO PHẬT

LẤY KHỔ LÀM
THUỐC THẦN

Một trong những bản chất của cuộc sống mà chúng ta thường gặp hằng ngày là khổ. Dĩ nhiên, chúng ta cũng có cái vui nhưng ngoài cái vui, chúng ta gặp không ít cái khổ. Cái này là lẽ tự nhiên. Bởi vì sao? Những gì không như ý chúng ta đều làm cho chúng ta buồn khổ – tất cả những cái đó đạo Phật quy thành một khái niệm gọi là *khổ*. Khổ trong tiếng Phạn là *duhkha*. Cũng có những người thắc mắc rằng đạo Phật hơi bi quan, tối ngày nói khổ, nhưng thưa đại chúng, đạo Phật thật ra không bi quan mà rất lạc quan. Chính vì lạc quan nên đạo Phật dám chỉ thẳng vào cái mà con người sợ hãi. Dù sợ hãi, không mong muốn, con người vẫn phải đối diện với nó – với khổ.

Khổ là gì? Là những gì bức bách, làm cho chúng ta không thoải mái, không như ý, không bình an. Ví dụ, mình đau răng nên không ăn được, bụng thì đói, mắt nhìn thấy đồ ăn thì thèm mà không ăn được, mình gọi đó là khổ. Nhức cái chân quá, muốn đi lên cầu thang nhưng bước không nổi, mình gọi đó là khổ. Nhức đầu quá ngủ không được, cũng khổ. Cho nên tất cả những gì làm mình không vừa lòng, không như ý mình, làm cho tâm thức của mình không thoải mái đều quy về một chữ khổ. Con người rất sợ khổ nhưng không thể thoát được. Vậy thì chúng ta dám chỉ ra cái khổ để làm gì? Để nhận diện sự thật rồi từ đó chuyển cái khổ.

Nói về khổ, trong Phật pháp có nhiều cách nói lắm. Trước hết là tam khổ: thứ nhất là khổ khổ, thứ hai là hoại khổ, thứ ba là hành khổ.

Thế nào là *khổ khổ*? Đời sống con người mình, có thân là đã khổ rồi, lại thêm bệnh hoạn, đau ốm…, hoặc có một đứa con bị bệnh là đã khổ rồi, cộng thêm chuyện này, chuyện nọ xảy đến, khổ chồng thêm khổ. Cái đó gọi là khổ khổ.

Cái khổ thứ hai là *hoại khổ*. Hoại là hoại diệt. Nó có mặt rồi nó hoại, mình không chấp nhận nên mình khổ, gọi là hoại khổ.

Cái khổ thứ ba là *hành khổ*, tức là những cái đó liên tục làm cho mình không thoải mái. Ví dụ, mình bị bệnh cao huyết áp, mình uống thuốc cao huyết áp và sau một thời gian, nó sinh ra bệnh khác. Mình bị bệnh tiểu đường, mình uống thuốc tiểu đường và sau một thời gian, nó sinh ra bệnh khác. Thường có những trường hợp bệnh phụ phát sinh sau khi mình uống thuốc. Ví dụ, nghe nói ăn cà tím giúp làm thông máu, mình ăn nhiều cà tím nhưng sau một thời gian, bệnh cao huyết áp chuyển sang bệnh đau nhức. Cho nên có những cái khổ không dừng lại ở đó mà lây lan thành những cái khổ khác. Một ví dụ trong cuộc sống, mình ghét một người, rồi tự nhiên thấy ai chơi với người đó, mình cũng ghét luôn. "Tại vì nó chơi với người tui ghét." Trong cuộc sống của mình có những cái mình phải để ý, những cái thuộc về hành khổ. Những cái đó lây với nhau, giống như bệnh tật lây với nhau. Mình ghét người đó thôi, mắc mớ gì tới người này? Rồi thậm chí nếu biết một người bạn của mình chơi với người đó, mình cũng nói làm sao để bạn mình nghỉ chơi người đó, mặc dù người đó không đụng chạm gì tới bạn mình. Mình tìm mọi cách để can thiệp, nếu không được thì mình không thoải mái.

Nếu nói khổ ngắn thì mình có tam khổ, còn nếu nói rộng hơn một chút thì có lục khổ, tức là sáu khổ. Sáu khổ đó là gì?

Một là *nhân khổ*. Thế nào gọi là nhân khổ? Là cái khổ khi chúng ta tạo nhân. Ví dụ, khi ghét ai, mình bắt đầu nghĩ cách để: nhẹ thì mắng chửi, kha khá thì đánh đập, nặng thì hãm hại người đó. Cho nên ngay cái nhân chúng ta tạo đã mang bản chất của khổ. Tại vì không khổ thì mình đã không làm. Mình khổ dữ lắm, hoặc mình phải chịu cực dữ lắm, nhưng vì lần này mình sẽ hại được người đó cho nên mình làm bằng mọi cách. Cái đó gọi là nhân khổ. Chính cái phiền não, bức bách của mình dẫn mình tới chỗ tạo nhân, tức cái khổ nó dẫn mình tới việc tạo nhân khổ, quý vị hiểu ý Pháp Hòa không? Ví dụ, mình ghét người đó là khổ, rồi chính cái khổ, cái bực bội, phiền não đó dẫn mình đi tới chỗ tạo tác một việc gì cụ thể để mình hạ bệ được người đó.

Như vậy, cái phiền não, bức bách dẫn mình đi tới chỗ tạo nhân khổ. Rồi cái nhân mình tạo lại dẫn mình đi đến *quả khổ*, tức là cái khổ thứ hai. Ví dụ, quý vị thường đọc trên báo thấy người kia vì một phút nóng giận đã lấy dao đâm người nọ hay đánh chết người. Cái nhân họ tạo ra rõ ràng là nhân khổ, rồi họ trốn tránh làm sao thì cảnh sát cũng bắt được, mà bắt được thì sẽ xử, mà xử thì phải ở tù. Ở tù chính là quả khổ. Trong cuộc sống hằng ngày, những cái chúng ta đang nhận đây là quả khổ, và trong khi đang nhận cái quả đó, chúng ta tiếp tục phiền não để rồi lại tiếp tục tạo nhân. Cho nên nhân khổ, quả khổ cứ dây mơ rễ má với nhau, và mình cứ loay hoay mãi không dứt.

Ba là *cầu tài vị khổ*. Thế nào gọi là cầu tài vị khổ? Nếu không thực tập được cái gọi là "ít muốn, biết đủ", chúng ta có thể vì tiền mà khổ. Trong cuộc sống này có những người như vậy, vì tiền mà khổ. Dĩ nhiên, nhiều người sống mà không quá chú trọng vật chất, nhưng cũng có những người đặt nặng những cái đó lắm. Không cần cân nhắc, làm gì có tiền họ cũng làm. Thậm chí vì tiền, bao nhiêu tình nghĩa, ân tình thành ra vô nghĩa hết. Cho nên cầu tài vị khổ tức là cầu tiền của mà không được nên vì vậy mà khổ. Pháp Hòa lấy ví dụ, mình thấy người ta có cái đó, mình phải có theo, không có thì mình không thoải mái. Mình đeo đuổi cái đó, đôi khi không có phải đi vay mượn, phải làm mọi cách để có. Như vậy là cầu tài vị khổ.

Khổ thứ tư là gì? *Cầu thủ hộ khổ.* Nếu có được cái đó rồi, chúng ta phải làm gì? Phải cố giữ nó (tức chấp thủ) vì nếu không có nó thì không chịu được. Mất nó sao chịu được. Trên thế gian này, chúng ta đều khó tránh được cái khổ này. Quý vị thấy cứ mỗi lần bầu cử đều xảy ra rất nhiều biến động, nhất là ở Mỹ, chứ ở Canada thì ít hơn. Ví dụ như bốn năm trước, khi tổng thống Mỹ đương nhiệm tranh cử với một người khác, họ đem nhau ra, đấu tố với nhau, bôi nhọ để hạ bệ nhau. Ở đây mình đem chuyện của các vị đó ra làm ví dụ chỉ để thấy rằng một khi đã vướng vào địa vị hay vật chất, mình khổ dữ lắm. Pháp Hòa nhớ hồi xưa ở Việt Nam, thời mình mới có ti vi màu, trời ơi nhà nào có ti vi màu là sang dữ lắm. Nhà nào có tủ lạnh, ti vi đều được coi là khá giả. Hễ tối thứ Bảy có cải lương là cả xóm tụ họp ở nhà đó để coi. Bữa nào họ không vui, họ đóng cửa mình khỏi coi.

Thủ hộ là sau khi có được cái gì, mình phải giữ cái đó, mà giữ nó cũng khổ lắm. Có đôi dép xoàng xoàng, mình đi đâu quăng đó cũng không sợ, chứ bữa nào đi chùa mà mang đôi dép, đôi giày đắt tiền một chút, mình phải "kẹp"[1], không thôi mất làm sao. Ở Việt Nam hồi xưa, nhiều người đi chùa vô lạy Phật đều phải kẹp đôi dép theo đó. Tại vì để

---

[1] Kẹp: ý nói kẹp nách.

sơ hở thì người ta "rinh" mà cất kỹ thì người ta "rình". Cho nên tốt nhất là kẹp thêm đôi dép khi đi vô lễ Phật. Người nào mình thấy lủi lủi đi, mình hỏi "Đi đâu vậy?" mà trả lời "Đi giấu dép" là biết rồi đó. Cho nên không có thì tìm, mà có được rồi thì phải giữ. Nhiều khi có những sản phẩm mới ra mình rất thích, và vì muốn có được sản phẩm đó, mình sẽ đi săn lùng, tìm kiếm. Để làm chi? Để được công nhận là cả thành phố này chỉ một mình mình sở hữu nó. Nhiều khi đó cũng là một cái khổ.

Ở đây chúng ta không hàm ý chuyện này là tội hay là không tội, hoàn toàn không. Chúng ta nói để nhận ra rằng trong cuộc sống, có những cái chúng ta chạy theo và chính việc đó mới sinh ra khổ, chứ mình bình an thì đâu có khổ. Ví dụ, thấy đói bụng, mình đi xuống bếp coi có gì ăn không – như vậy thì không khổ. Nhưng nhiều khi tủ đầy đồ ăn mà mình nói "Sao không có gì ăn hết". Còn người dễ chịu thì đơn giản, thoải mái, miễn có cái lót dạ là được. Cho nên quý vị để ý, những người khó ăn khổ lắm, khó ăn rất là khổ. Tại vì mình đi tới đâu, cái gì mình cũng không ăn được, phải không? Mình đơn giản thì mọi thứ dễ thôi.

Khổ thứ năm là gì? *Vô yếm túc khổ.* Vô yếm là gì? Là không sợ, không chán. Một khi còn chưa chán thì chúng ta còn theo đuổi. Cho nên một trong những điều kiện để được về cõi Phật là chúng ta phải sanh cái tâm thích cõi Phật, chán cõi đời. Hồi nhỏ Pháp Hòa nhớ có một bài thơ tán dương chư tăng, trong đó có câu: "Chán mùi đời cạo tóc đi tu. Cửa thiền hôm sớm công phu". Nhiều người không hiểu chữ "chán" đó. Họ nghĩ "chán" có nghĩa là chán chường, mỏi mệt. Nhưng đó là cái chán sau một thời gian đeo đuổi không được rồi mới chán. Người có cái chán thường tình đó vô đây tu mùng ba, tới mùng bảy là đã nhảy ra ngoài. Đó không phải là cái chán của người tu. Người tu thấy ngay đó là yếm rồi, không cần phải đợi một thời gian thỏa mãn rồi mới chán. Pháp Hòa lấy ví dụ, một người yêu dữ dội lắm. Đi qua quá trời cuộc tình, không được rồi người đó cuối cùng mới chán. "Thôi, giờ tôi chán lắm rồi... Tôi thề tôi chẳng yêu ai, vì người ta cứ phụ tôi hoài." Mình phải hiểu, phải thấy được chữ "yếm" đó.

Người nào muốn sanh về cõi Tịnh Độ thì phải khởi hai tâm: một là *yếm ta bà*, hai là *hân*[1] *tịnh độ*. Yếm ta bà là chán cõi ta bà, chán cõi đời này. Tại sao chán? Ở cõi này, hễ mình thắng thì phải có kẻ thua. Hễ mình *được* thì phải có người *mất*. Hễ mình vui phải có người khổ. Ví dụ Pháp Hòa nói: "Trời ơi, bữa nay tui đi chùa, tui lượm được 100 đô-la, nhờ Phật độ đó". Nhưng mình được 100 đô-la thì phải có người mất 100 đô-la, phải không? Một ví dụ khác, mình yêu một người và một người khác cũng yêu người đó. Hai người đeo đuổi một người. "Trời ơi, tôi được người đó yêu, tôi hạnh phúc quá." Nhưng mình có được người yêu thì người kia mất người yêu. Cho nên cuộc sống trên cõi thế gian này là thắng - thua, được - mất, phải không? Cứ như vậy, lúc nào cũng phải có hai cái đối nhau đi liền nhau. Mà khi đã thắng rồi, chúng ta rất sợ thua. Chính vì sợ thua nên chúng ta cứ nghĩ phải làm sao để bảo vệ cái mình đã thắng được. Quý vị thấy các ông vua ngày xưa không,

---

[1] Hân: mong cầu, hướng về.

nếu ông vua đang cai trị là hôn quân[1], một ông khác sẽ khởi nghĩa, mà khởi nghĩa thì phải tìm những người có cùng chí hướng để giúp mình. Vì vậy, sau khi thắng và lên làm vua, ông vua mới bắt đầu sanh tâm sợ – sợ những cận thần này biết mình quá rõ. Vì họ là khai quốc công thần, là người có công với đất nước, nên ông vua này sợ họ ỷ vào công lao của họ và một ngày nào đó có thể lấn lướt mình. Cho nên ổng phải loại trừ họ. Giống như chuyện Hàn Tín phò nhà Hán thuở xưa. Lưu Bang khi giành được ngôi vua rồi thì tìm mọi cách hạ Hàn Tín, vì sợ Hàn Tín sẽ có ngày mượn công lao đó, mượn danh vị khai quốc công thần để hạ bệ ông. Việc này xảy ra trong lịch sử nhiều lắm. Đã lên được ngôi vị đó nên phải tìm mọi cách bảo vệ nó, và vì muốn bảo vệ nó mà tạo bao nhiêu lỗi lầm.

Người có tuệ giác không nhất thiết phải nhúng vô rồi mới sanh tâm chán. Chúng ta chỉ cần thấy là sợ rồi. Hồi đó có một anh Phật tử, thấy anh chị của ảnh có chồng, có vợ rồi gây gổ, cãi nhau... đủ thứ chuyện hết, ảnh mới làm một bài thơ, trong đó có câu: "Hãy là hoa, xin hãy khoan là trái. Hoa nồng hương mà trái lắm khi chua". Có nhiều loại cây, hoa thì nồng hương nhưng trái lại không ngọt, phải không? Vì vậy chúng ta đừng lầm tưởng. Quý vị thấy hoa huệ không, hoa huệ khi mới chưng thì rất thơm, nhưng vài ngày sau, nước của nó cực kỳ hôi. Quý vị từng chưng hoa vạn thọ rồi phải không? Trời, hoa vạn thọ mà mình ngâm vô nước, nó hôi cũng chịu không nổi. Mình đưa ra những ví dụ để thấy

---

[1] Hôn quân: ông vua ngu muội, say đắm trong những thứ vui tầm thường, không chuyên tâm lo việc nước.

có nhiều khi mình nhìn một sự việc như vậy nhưng thật ra nó không phải như vậy. Nó được phần này thì phải mất phần khác. Cho nên các vị tu hành yểm ta bà. Vì cõi ta bà đầy rẫy sự đấu tranh. Muốn được cái gì, người ta cũng phải tranh đấu dữ lắm. Ngay cả khi làm việc thiện, chúng ta cũng muốn hội từ thiện của mình nổi tiếng hơn hội từ thiện kia. Mình làm mọi cách để người ta hễ nhắc tới hội của mình là nói tốt. Đó là chuyện bình thường trong cuộc sống. Đó là bản chất của thế giới này, nên chúng ta mới gọi đây là cõi ta bà. Đi vô chùa làm công quả cũng muốn người ta khen mình nhiều hơn khen người kia. Đó là chuyện bình thường, nhưng nếu mình tu thì phải bỏ cái đó.

Như vậy, cái khổ thứ năm là *vô yểm*. Chừng nào chúng ta chưa sanh cái tâm ngán đó, chúng ta chưa nghĩ tới việc buông bỏ. Ví dụ, sau mấy mươi năm lăn lộn trong đời, mình nói "Thôi, bây giờ tôi mệt mỏi rồi". Có những người rất thành công trong cuộc sống nhưng đến độ tuổi sáu mươi, sáu mươi lăm, họ cũng rửa tay gác kiếm. "Việc này để cho lớp trẻ làm. Tôi bây giờ không nhúng vô nữa. Mặc dù công việc của tôi vẫn đang tốt nhưng tôi nghĩ thôi đủ rồi, để cho tốp nhỏ làm. Mình lui về làm công việc cố vấn, và cũng để tịnh tu. Có nhiều khi mình đi làm, làm ngày làm đêm, mặc dù sức khỏe của mình còn nhưng suốt mấy mươi năm nhìn lại thấy mình chỉ có làm mà không có hưởng. Đến khi muốn hưởng thì không còn sức để hưởng, muốn ăn nhưng không còn sức để ăn, đau bệnh tùm lum nên ăn hết nổi. Cho nên nếu chưa sanh được cái tâm gọi là vô yểm, cứ chạy theo nó hoài thì chúng ta sẽ khổ.

Khổ thứ sáu được gọi là *biến hoại khổ*. Cái này dễ hiểu. Thưa quý vị, hồi nãy lúc rảnh rảnh, Pháp Hòa có đi ra phía sau bàn linh. Xem mấy tấm hình, Pháp Hòa giật mình, có vài bác Phật tử Pháp Hòa quen mà lâu rồi không gặp, không ngờ bữa nay lại chào bác ở phía sau bàn linh. Việc này cũng khiến Pháp Hòa suy nghĩ. Chùa này nhỏ thôi và cũng không có nhiều vị thờ linh ở đây, chứ nếu Pháp Hòa có dịp đi những chùa lớn như chùa Chân Quang hay những ngôi chùa lâu năm, chắc còn "gặp" nhiều người quen nữa. Vì Pháp Hòa bắt đầu về vùng này từ khoảng năm 1990, và từ đó, bốn, năm năm Pháp Hòa mới có Phật sự qua đây một lần, ít khi có dịp gặp đại chúng. Chỉ sau này, khoảng mười năm trở lại đây, cứ một hoặc hai năm chúng ta có một khóa tu thì Pháp Hòa mới gặp đại chúng nhiều hơn. Quý vị thấy nhiều khi trong cuộc đời chúng ta đâu có hẹn được, phải không? Nhiều lúc "anh hẹn mà anh không bao giờ tới". Nhưng kỳ này chúng ta không hẹn mà trong vòng hai tháng gặp nhau hai lần. Cho nên hoại khổ là gì? Hoại khổ là cái tất nhiên thôi. Tại sao đạo Phật chỉ ra cái khổ này? Vì chúng ta không nhận ra, nên chính khi chúng ta làm cái gì, cái đó đã mang bản chất khổ. Nhân khổ, rồi quả khổ. Khi phiền não, chúng ta tạo nhân, mà nhân đó là nhân khổ.

Pháp Hòa ví dụ, bây giờ mình làm ăn thua lỗ, mình nghĩ thôi thì mình đi đánh bài đi, không chừng vô đó mình gỡ vài ba lần cũng đủ bù lại. Cái phiền não, cái thua lỗ đó, chúng ta không có tuệ giác để nhìn, và chúng ta lại tạo thêm một cái nhân. Nhân này sẽ dẫn đến quả khổ chứ không giải quyết được khổ. Đó là chỉ mới nói tới một cái nhân thôi. Cái nhân này ngay khi khởi sự đã thấy bản chất của khổ rồi thì nhất định quả của nó cũng sẽ khổ. Quý vị chắc đã thấy nhiều người như vậy, mình thấy rõ ràng sự qua lại nhân-quả này sẽ dẫn tới cái khổ đây, nhưng mình khuyên họ không được.

Vậy thì khổ là khi chúng ta làm những việc mà sẽ mang đến những hệ lụy. Nhưng nếu suy nghĩ ngược lại, chúng ta sẽ chuyển được khổ. Chúng ta chỉ mới nói lục khổ, chưa nói bát khổ (tám loại khổ). Mình gom lại nói một lần. Nhiều người nói "Trời ơi, đạo Phật không ngồi lại thì thôi, ngồi lại chỉ toàn nói khổ". Nhưng mà nó là sự thật.

Sinh khổ, già khổ, bệnh khổ, chết khổ, đồng ý không? Mà cái này đâu phải lúc nào cũng theo thứ lớp, có khi nó không theo thứ lớp. Nếu theo thứ lớp là hạnh phúc. Sinh ra, già đi, rồi bệnh, rồi chết – được như vậy thì quá hay, nghĩa là có thứ lớp. Nhưng có nhiều khi vừa sinh là đã tử, nhiều khi chưa già đã bệnh, nhiều khi chưa già đã chết. Có nhiều khi không bệnh lại chết, chẳng hạn như do tai nạn giao thông. Có người chết khi còn trẻ, có người bệnh khi còn trẻ chứ không phải già mới bệnh, già mới chết. Cho nên cái chết không phân biệt hạng tuổi, bất luận là ai. Như vậy chết là cái kết, còn ở trên kia làm sao nữa thì còn tùy.

Đó là bốn cái khổ sinh lý, phải không? Bây giờ đến bốn cái khổ tâm lý. *Cầu muốn mà không được, khổ. Thương yêu mà xa lìa, khổ. Thù ghét mà phải gặp, khổ.*

Ba cái này quá rõ rồi phải không? Có cái thứ tư đôi khi mình chưa rõ, đó là *ngũ ấm xí thạnh*. Ngũ ấm là gì? Là năm uẩn: sắc, thọ, tưởng, hành, thức. Năm uẩn này cấu tạo nên con người. Cái thân hiện tại của mình được gọi là sắc uẩn. Trong sắc uẩn này có gì? Có thọ. Thọ là gì? Là cảm thọ, là cảm giác, ví dụ như đau lưng, đau chân, nóng, lạnh, hay là cảm xúc, như thương, ghét. Có sắc thân thì phải có cảm thọ. Ngoài thọ uẩn còn có gì? Tưởng uẩn. Tưởng uẩn là gì? Là suy diễn, tưởng tượng. Hành uẩn là gì? Liên tục, tiếp nối. Thức uẩn là gì? Phân biệt. Cái nào yếu kém cũng khổ, mà sung mãn cũng khổ. Xí thạnh là gì? Xí là yếu kém, thạnh là hưng thịnh. Bây giờ mình lấy một uẩn ra làm ví dụ đi. Sắc uẩn mà *xí* (yếu) thì "Trời ơi, sao nhìn héo queo vậy?". Đó là khi cái cơ thể, thể chất này không còn sức lực hay bệnh tật. Còn khi sắc thân này *thạnh* thì ai nhìn mình cũng thấy tươi tắn. "Trời ơi, bữa nay làm gì nhìn tươi rói vậy?".

Ngày hôm qua Pháp Hòa nhức đầu muốn chết mà ráng, ráng cho xong. Sau khi kết thúc buổi sinh hoạt với quý Phật tử ở đây, tới tối Pháp Hòa về bên kia cũng có một nhóm đang chờ, sinh hoạt tiếp cho tới mười một, mười hai giờ đêm. Có mấy vị nói: "Trời, dạo này ai cũng nói nhìn thầy tươi lắm". Mình nói trong bụng: "Nhìn sao hay vậy không biết, tui nhức đầu muốn chết". Sắc uẩn, tức cái cơ thể, cái hình sắc này, nếu *thịnh* quá cũng khổ. Ví dụ bây giờ mình "khỏe" quá, tức là mập đó, nhìn có vẻ khỏe nhưng ai biết được, mập cũng khổ. Ngồi xuống cũng mệt, đi lên dốc cũng mệt. Nhưng nếu mình ốm quá thì người ta chê.

Xí thạnh khổ là vậy. Đó là mình chưa nói *thọ*. Cái cảm thọ của mình mà sung mãn quá, mình cũng mệt nữa. Đó là chưa nói *tưởng*. Trời ơi, con người chúng ta rất giỏi *tưởng*, nên gọi là tưởng tượng. *Tưởng* không có hình tướng, nó nhỏ xíu à, mà mình tưởng gì cũng như con voi[1]. Cho nên cái tưởng của mình mà hưng khởi hay yếu kém, mình đều khổ. Ví dụ, có những người gặp cái gì cũng tưởng, cũng nghi ngờ. Gặp ai họ cũng tưởng tượng người đó xấu hết. Khi nghi ngờ hay nghĩ xấu cho người khác, họ cũng khổ lắm – không dám chơi với ai, không dám nói chuyện, giao tiếp với ai, lâu ngày thành ra trầm cảm. Còn ngược lại, sung mãn quá cũng không tốt. Mình mà có một đứa con như vậy, mình cũng khổ – tối ngày cứ thích ra ngoài đường. Cho nên ngũ ấm khỏe mạnh quá mình cũng mệt, mà suy yếu quá mình cũng mệt.

Như vậy chúng ta đã nói sơ lược về tam khổ, lục khổ, bát khổ. Nhưng khổ cũng có hai loại: *khổ trược* và *khổ thanh*.

Bây giờ Pháp Hòa lấy ví dụ về khổ thanh. Ở đây có những vị tình nguyện đi phát cơm cho những người vô gia cư mỗi tuần hay mỗi tháng gì đó. Quý vị nấu cực ơi là cực, rồi phải cho vô hộp, vô thùng, sau đó bưng đi cho. Tất cả những việc làm đó, quý vị có khổ không? Có chứ, có khổ. Nhưng khổ này là khổ thanh hay khổ trược? Khổ thanh. Chư Phật, chư Bồ Tát có cực nhọc với mình không? Có chứ. Tới hồi mình khỏe, mình đâu có thấy họ. Các vị Bồ Tát, nhất là Quan Âm Bồ Tát, gặp mình khi mình bệnh không à.

---
[1] Thầy chơi chữ, "tượng" là voi.

Lúc khỏe mình không thấy ngài. Bữa nào mình quỳ trước ngài, mình lầm râm khấn rồi bắt đầu rưng rưng là ngài biết rồi đó. Còn Địa Tạng Bồ Tát thì ở địa ngục. Ngài luôn ở dưới đó để đứa nào xuống là ngài vớt. Nhưng nhiều chúng sanh được ngài đưa lên rồi lại lẩn quẩn, xếp hàng đi xuống lại. Các ngài cực nhọc với chúng sanh vô cùng nhưng các ngài không hề vướng bận. Việc làm của các ngài vẫn là khổ. Cực nhọc là khổ chứ gì, nhưng cái khổ đó mang lại cho một người (hay nhiều người) niềm vui nên đó là khổ mà là khổ thanh. Còn những cái khổ mà lúc nãy Pháp Hòa nói, ví dụ như phải tranh đấu cho những thứ như địa vị, vật chất, tranh đấu cho đủ thứ, là khổ gì? Khổ trược.

Thưa quý vị, các bậc tôn đức của chúng ta, cuộc đời của các ngài là rày đây mai đó, hy sinh, dâng hiến hết cho đạo, nhưng các ngài không hề than văn hay phiền muộn gì hết. Cực không? Cực vô cùng. Thậm chí có những người còn phê bình, còn lên án, còn nói xấu các ngài nữa kìa, vì họ chưa hiểu. Nhưng những việc đó không làm các ngài khổ. Thưa đại chúng, nhiều khi mình có mặt, nhìn việc làm của người ta mình còn chưa hiểu hết nữa, huống hồ là nhìn qua hình ảnh. Có những việc chỉ nhìn qua hình ảnh đã vội phê phán, chỉ trích – như vậy là tự mình chuốc lấy cái phiền cho mình. Nhưng các bậc tôn đức không bị chi phối. Cho nên trong cuộc sống, đôi khi mình làm một việc gì đó và mình thấy rất mệt, nhưng nếu mình biết cái mệt này làm cho nhiều người vui vẻ, an lạc thì tự nhiên mình biến cái khổ đó thành khổ thanh. Nhưng cũng có trường hợp đáng ra nó là khổ thanh mà chúng ta không biết, chúng ta bực bội và biến nó thành phiền não, thì cái "thanh" đó lập tức trở thành cái "trược".

Nói cho cùng, cuộc sống này đẹp lắm. Nếu tất cả những việc làm của chúng ta là khổ thanh thì tạo ra kết quả tương ứng? Quả đó trong kinh Phật gọi là an lạc hạnh. Quý vị tụng kinh Pháp Hoa chưa? Có thấy phẩm An Lạc Hạnh không? An Lạc Hạnh thứ 14. Vậy thì an lạc hạnh là kết quả của cái gì? Là quả của khổ thanh.

Những điều Pháp Hòa chia sẻ hôm nay với đại chúng có ý nghĩa là lấy bệnh khổ làm thuốc thần. Lấy tất cả mọi vướng vấp trong cuộc đời này làm kinh nghiệm để chúng ta sống và chúng ta vượt[1].

---

[1] Vượt: khái niệm "vượt" trong đạo Phật có thể hiểu là có cái nhìn vượt lên trên những vướng bận, dính mắc hay giới hạn của đời sống.

GIÁC NGỘ
VỀ VÔ THƯỜNG

Ngày hôm qua có hai em lên thăm Pháp Hòa. Hai em năm nay vừa học xong lớp mười hai, chuẩn bị nhập ngũ. Trước khi ra xe, một em hỏi: "Thầy, what is enlightenment?". Tức là "giác ngộ là gì". Pháp Hòa chỉ trả lời một câu đơn giản: "Chúng ta nhận biết rõ ràng sự việc gì thì chúng ta giác ngộ cái đó". Ví dụ, một món đồ mình thích bỗng dưng mất đi hay một người mình thương đang khỏe mạnh, sáng nay còn nói chuyện với họ, mà chiều nay nghe tin họ mất thì lúc đó mình nhận ra sự vô thường. Vậy vô thường là gì? Vô thường là "sáng còn, tối mất", và hễ cái này được thì cái kia mất. Tất cả những gì biến đổi đều là vô thường. Chẳng hạn như chiều nay Pháp Hòa đang ở đây nhưng sáng sớm mai Pháp Hòa bay qua tiểu bang khác rồi. Sự đến-đi, còn-mất là vô thường.

Tuy nhiên, khi hiểu ra vô thường, mình có thoát được vô thường không? Không. Nhưng hiểu ra thì mình sống bình thường, xem chuyện đến-đi, còn-mất là bình thường. Vốn dĩ vô thường là bình thường, nhưng vì không nhận ra nó nên mình mới "bất thường". Hiểu được rồi thì mình bình thường với sự vô thường. Có khi mình sốc hay đau khổ lắm, nhưng một, hai ngày sau định thần lại, mình nhận ra đây là lẽ thật của cuộc sống. Vì vậy, mình nguyện sống bình thường, không để cái gì bất thường xảy ra làm mình "bị thương". Vì vô thường cho nên:

"Còn gặp nhau thì hãy cứ vui,

Chuyện đời như nước chảy hoa trôi

Lợi danh như bóng mây chìm nổi

Chỉ có tình thương để lại đời..."[1]

Và tốt hơn nữa thì mình hát: "Có tốt với tôi thì tốt với tôi bây giờ... Đừng đợi ngày mai đến khi tôi phải ra đi. Ôi muộn làm sao nói lời tạ ơn..."[2].

Cho nên khi ngộ ra được vô thường, mình sống với vô thường một cách bình thường, hay một cách bình an. Cái đó gọi là giác ngộ. Người giác ngộ là người sống tỉnh thức trong mỗi giây, mỗi phút ngay cả khi có biến cố xảy ra, và những biến cố, thay đổi đó, nhà Phật gọi là pháp. Cho nên

---

[1] Trích bài thơ "Còn gặp nhau" của nhà thơ Tôn Nữ Hỷ Khương.
[2] Trích bài hát "Nếu có yêu tôi" của Trần Duy Đức, phổ nhạc từ lời thơ của Ngô Tịnh Yên.

khi đọc "Thị chư pháp không tướng" trong Bát Nhã Tâm Kinh, mình phải hiểu "pháp" ở đây là "sự vật, hiện tượng". "Năm rồi tóc mình đâu có bạc dữ vậy. Sao năm nay nhìn vô gương thấy tóc bạc hơn. Mọi lần mình cười nhìn cũng được lắm mà sao kỳ này thấy mình chân gà chân vịt quá trời." Cười vậy là ngộ rồi đó! Bây giờ quý vị giác ngộ vô thường rồi phải không?

SỐNG TRONG HIỆN TẠI

Thưa đại chúng, trong kinh Nhất Dạ Hiền Giả, đức Phật dạy:

> "Đừng tìm về quá khứ,
> Đừng tưởng tới tương lai
> Quá khứ đã không còn
> Tương lai thì chưa tới
> Hãy quán chiếu sự sống
> Trong giờ phút hiện tại."[1]

Ý của đức Phật là nếu quá khứ hay tương lai làm khổ mình thì mình cần buông bỏ quá khứ hay tương lai đó. Mình buông bỏ chứ không buông xuôi. Buông xuôi là mặc kệ cuộc đời, tức là không tích cực, còn buông bỏ là tích cực – biết cái gì cần bỏ, cần buông. Pháp Hòa lấy ví dụ,

---

[1] Bản dịch của thiền sư Thích Nhất Hạnh, với tên kinh Người Biết Sống Một Mình.

vì không biết đó là cục than nóng nên mình đưa tay cầm nó, nhưng khi cầm nó thấy nóng quá, mình buông nó ra liền. Người khác biết cục than đó nóng nên họ mang bao tay trước khi cầm nó lên. Tu là ở chỗ đó. Mình tu không phải để trở thành người an phận, cũng như mình không làm việc nguy hiểm để chứng tỏ mình anh hùng. Không phải vậy.

Ở đây Phật dạy đừng sống với quá khứ, nhưng Phật có giải thích thêm: nếu quá khứ đó làm mình khổ. Pháp Hòa ví dụ, hồi nhỏ đi chùa, Pháp Hòa có những hình ảnh đẹp về đạo. Đó có phải là quá khứ không? Phải. Nhưng nếu đang tu như vậy, Pháp Hòa lại muốn ra đời, và khi nhớ lại những hình ảnh đẹp đó – hồi nhỏ mình đi chùa thế nào, mình được quý thầy trợ duyên cho mình ra sao, Pháp Hòa từ bỏ ý định. Như vậy có phải quá khứ đó giúp cho việc tu của mình không? Quá khứ đó nếu lành mạnh thì không có hại. Cho nên chúng ta phải hiểu rõ được ý của Phật: đừng tìm về quá khứ, nếu đó là một quá khứ đau thương. Còn tương lai, nếu đó là tương lai mình mong muốn thì mình có quyền sắp đặt, nhưng đừng quên hiện tại. Ví dụ mình nói: "Tôi muốn sáu năm sau tôi sẽ là một bác sĩ". Đó là tương lai, nhưng để tấm bằng bác sĩ của sáu năm sau trở thành hiện thực, mình phải chuyên tâm vào việc học ngay từ bây giờ. Cho nên "Đừng nghĩ tới tương lai" không có nghĩa là đừng lo gì cho tương lai. Nếu không lo về tương lai thì câu "tích cốc phòng cơ, tích y phòng hàn"[1] đâu có nghĩa.

---

[1] Có nghĩa là tích trữ lương thực (ngũ cốc) phòng khi đói, tích trữ quần áo phòng khi rét.

Mình giữ lại một ít lúa giống hay tích trữ một bao lúa trong nhà để phòng ngày đói. Mình cất giữ áo ấm trong nhà để phòng lúc lạnh. Trước khi Pháp Hòa đi qua đây, một Phật tử gọi điện thoại nói: "Thầy ơi, thầy đừng mang áo lạnh nhiều nha, bên này nóng lắm". Ban đầu Pháp Hòa cũng nghe lời, không mang áo lạnh nhưng khi đi ra tới cửa, Pháp Hòa chợt nhớ ra: "Không được, không thể thiếu cái mũ. Mặc dù trời nóng nhưng đầu mình là đầu 'no hair'[1], không có mũ đội thì sẽ cảm". Nghĩ vậy, Pháp Hòa quay trở vô lấy cái mũ bỏ trong túi xách để mang theo. Như vậy, mình đem theo mũ tức là mình biết lo cho tương lai. Mình sợ bệnh thì mình phải chuẩn bị.

Cho nên đức Phật dạy mình đừng sợ nhưng Phật không chỉ nói vậy. Phật nói rõ anh sợ cái gì thì anh nên tu cái nấy. Nếu anh sợ ở tù, đừng phạm pháp. Sợ bệnh hoạn thì không ăn bậy, uống bậy. Sợ bị bắt đi tù thì không làm điều sai trái. Sợ như vậy là tích cực nên Phật dạy rất rõ: quá khứ không truy tìm nếu đó là một quá khứ đau thương. Tương lai không ước hẹn bởi vì đúng là tương lai đâu có ước hẹn. Mình phải biết sống với hiện tại, mà sống với hiện tại không có nghĩa là có bao nhiêu xài bấy nhiêu. Nếu sống trong hiện tại mà không có chánh niệm thì hiện tại này cũng nguy hiểm lắm. Bây giờ nếu mình có một trăm đồng và mình vô lo, xài hết một trăm đồng thì như vậy là mình không biết tận hưởng tương lai. Nếu biết tận hưởng tương lai, mình chỉ tiêu xài vừa đủ trong khả năng của mình.

---

[1] No hair: không có tóc, trọc.

Cho nên đức Phật dạy nếu có tiền của, hãy chia ra năm phần: một phần để dành, một phần làm ăn, một phần nuôi cha mẹ, một phần nuôi gia đình, và một phần bố thí. Bố thí để làm gì? Để lo cho tương lai của mình, chuẩn bị cho phước báu của mình trong tương lai, trong đời sau. Vì sao cần phải giúp gia đình? Bởi vì sống thì không thể chỉ biết mình mà quên người thân. Phật còn dạy mình lo cho cha mẹ, cho nên ở chỗ này không thể hiểu là Phật dạy mình buông xuôi. Buông xuôi là tuyệt vọng, còn mình không tuyệt vọng, không buông xuôi.

Nhưng mình biết buông bỏ. Nhiều người nói thế này: "Thay vì ngồi đau khổ với quá khứ, tại sao không sống đẹp để chuẩn bị cho tương lai?". Tại vì nếu mình cứ ngồi đau khổ với quá khứ thì quá khứ đó tiếp tục làm khổ mình. Nếu có người làm mình đau khổ cách đây một năm hay mười năm và mình cứ ôn lại quá khứ đó hoài, mình sẽ bỏ qua bao nhiêu cái hiện tại mà trong đó mình được yêu thương. Giả sử một người nào đó hắt hủi mình, phụ rẫy mình nhưng trong cuộc đời mình đâu chỉ có duy nhất một tình cảm đó. Mình còn tình cha, tình mẹ, tình bạn, tình anh, tình em, biết bao nhiêu thứ tình khác. Nếu cứ dính vào một cái tình với người phụ mình, mình sẽ phụ bao nhiêu cái tình khác. Vì cảm thấy có lỗi với một người không đối xử tốt với mình mà mình đành phụ tình bao nhiêu người khác ở quanh mình – như vậy là không đúng.

Cho nên Phật dạy chúng ta: sống tích cực là chăm sóc hiện tại chứ không phải là buông xuôi hiện tại. Quá khứ đã qua mà tương lai thì chưa tới. Nhiều người ngồi chờ tương lai bằng cách đi xem bói đầu năm. Nghe ông thầy nói "Chà, tuổi của chị tháng Mười Hai có tai nạn nghen" là bắt đầu ngồi rầu từ tháng Giêng cho tới tháng Mười Hai. Mình đi hỏi về tương lai, đi kiếm tương lai để rồi đau khổ trong từng ngày, từng phút sống của hiện tại. Tháng Mười Hai chưa tới, trong khi mỗi ngày, mỗi tháng trong hiện tại, mình đang đau khổ. Ở đây có một bà cụ Pháp Hòa quen, tối nào đi ngủ bà cụ cũng lắc xăm. Quý vị biết xăm có nhiều loại lắm, xăm Quan Âm có 32 quẻ, xăm Quan Đế Thánh Quân 100 quẻ, xăm Khổng Minh 34 quẻ. Mà vui lắm, cứ hễ lắc nhằm xăm xấu là bà cụ bỏ vô lắc lại cho đến khi nào ra được quẻ xăm Thượng bà mới đi ngủ. Pháp Hòa tới chơi, thấy bà cứ lắc rồi bỏ vô lắc lại, Pháp Hòa nói vui: "Thôi bây giờ bà lựa hết mấy cái xăm xấu bỏ ra, để khi lắc chỉ có xăm tốt văng ra thôi, đi ngủ sớm cho khỏe". Đó cũng là một dạng tâm lý, lắc được xăm tốt mới êm bụng đi ngủ. Hồi xưa, vào thời đức Phật có những vị ngồi cầu nguyện. Phật tới hỏi: "Ông cầu gì?". "Dạ, con cầu xin việc đó, việc đó…" Đức Phật nói: "Nếu bây giờ ông đổ một ít dầu xuống nước rồi ngồi tụng kinh, cầu nguyện cho chỗ dầu đó chìm, nó có chìm không?". Người đó trả lời: "Thưa, không". Rồi Phật nói: "Bây giờ ông thả một hòn đá xuống nước rồi cầu cho nó nổi, nó có nổi lên không?". "Thưa, không." Phật giải thích: "Vấn đề không phải là nó chìm hay nổi mà ông phải ý thức được ông đang bỏ cái gì xuống nước. Nếu nó là dầu thì không bao giờ chìm được mà nếu nó là hòn đá thì không bao giờ nổi được", ví dụ vậy.

Cho nên đó là lý do tại sao mình phải chánh niệm tỉnh giác. Chẳng ai cấm mình đi chơi, nhưng mình phải biết bổn phận của mình. Ví dụ, mình là đàn ông, lâu lâu bạn bè rủ mình đi nhậu, đi uống cà phê. Nhưng lâu lâu một lần thôi, bởi vì với bổn phận hiện tại của người chồng, người cha, mình không thể tối ngày ở quán cà phê được. Chính vì vậy đạo Phật mới dạy chúng ta tu trung đạo. Tu trung đạo có nghĩa là phải biết sống quân bình. Đức Phật là người rất tâm lý, Phật dạy người chồng đối với vợ phải tuân thủ năm điều, và người vợ đối với chồng cũng phải tuân thủ năm điều. Bây giờ Pháp Hòa nói một điều thôi: người chồng phải giao tiền bạc cho vợ giữ, và đừng hẹp hòi khi vợ cần mua sắm. Nếu không tin, quý vị giở kinh Thiện Sanh ra sẽ thấy. Nhưng mà ngược lại – quay qua người vợ, Phật dạy – được chồng giao phó tiền bạc, người vợ phải cẩn thận trong việc mua sắm, đừng phung phí. Tức là Phật biết phụ nữ thích mua sắm nhưng Phật nói rõ thêm: mua sắm phải chánh niệm, vừa đủ chứ không phung phí. Có một cái túi xách là đủ dùng rồi, khi nào nó rách hẵng mua cái khác. Nhưng mà "Con phải mua nhiều màu cho hợp với bộ đồ con mặc. Mà con có tới mười bộ đồ nên con kiếm mười cái túi xách cho hợp màu, hợp phong cách với nhau, mà túi xách cái nào cũng ngàn ba, ngàn tư đô-la hết". Pháp Hòa giới thiệu một loại túi này có nhãn hiệu hay lắm: cái túi càn khôn màu nâu của quý thầy hay quẩy[1] đó, có mười đồng bạc à. Mang cái túi đó không sợ bị giật. Pháp Hòa có một Phật tử rất dễ thương, mang một cái túi LV rất đắt tiền

---

[1] Quẩy: mang trên vai.

nhưng vô chùa kiếm cái túi của quý thầy, bỏ cái túi đó vô mang đi. Pháp Hòa hỏi: "Ủa, sao kỳ vậy?". "Dạ, tại con đi tới chỗ đó, con sợ bị giật."

Như vậy, không phải mình nói chỉ sống với hiện tại có nghĩa là mình xả láng. Phải chánh niệm với hiện tại, chánh niệm với quá khứ và chánh niệm với tương lai. Nếu không lo nghĩ về tương lai, mình đâu thể làm gì. Mình phải xây dựng, tạo dựng, cho đời mình một phần, và cũng cho đời sau. Cho nên gần đây trong những khóa tu trẻ em, Pháp Hòa hay nói việc này. Vì Pháp Hòa thấy thế hệ của ông bà mình rồi tới lượt mình từ từ sẽ đi diện "bảo lãnh ông bà", diện bảo lãnh Tây phương cực lạc hết. Rồi bắt đầu tới thế hệ của cha mẹ mình, bây giờ tuổi đã lên hàng năm, sáu, bảy[1]. Thế hệ của mình cũng còn dính dáng một chút tới Việt Nam nhưng thế hệ con cháu mình thì... chuẩn bị mất gốc, quý vị có thấy như vậy không? Cho nên Pháp Hòa không quản ngại, dù ở bên đó chỉ có một mình mình chèo chống, một mình một bóng ở xứ Edmonton lạnh giá có mùa đông kéo dài suốt sáu tháng trời như vậy. Bao nhiêu năm nay, một mình Pháp Hòa tổ chức khóa tu để có chỗ cho con nít về tu. Mười một đứa, Pháp Hòa cũng dạy, năm đứa cũng dạy, hai mươi đứa cũng dạy, mấy chục năm như vậy chỉ một mình mình làm không có người phụ. Những khóa đầu, Pháp Hòa phải vừa nấu ăn, vừa dạy tụi nó học, vừa chơi với tụi nó, rồi đào tạo những đứa mà ngày nhỏ nó đi khóa tu, bây giờ nó lớn lớn rồi, Pháp Hòa năn nỉ nó trở về phụ giúp thầy. Pháp Hòa làm vậy để làm chi? Để chuẩn bị cho tương lai.

[1] Ý nói độ tuổi năm mươi, sáu mươi, bảy mươi.

Pháp Hòa mới nói với các em: "Bây giờ quý thầy, quý cô đang cực khổ cùng với cha mẹ các con tạo dựng cái này[1]". Nếu mình không có cơ sở thì không có chỗ cho nó về. Nó về nó thấy đây là cơ sở của ông bà, nó cảm thấy có bổn phận gìn giữ, chứ mình đâu có mục đích gì khác. Mình cũng sẽ chết thôi. Quý vị cứ nghĩ mình ăn tô phở mười đồng, hai tiếng sau mười đồng tiêu hết. Nhưng nếu mình lấy mười đồng đóng góp vô một công trình nào đó thì mười đồng còn ở đó hàng trăm năm. Pháp Hòa nghĩ vậy mà làm chứ có ai phụ giúp đâu. Mười lăm tuổi đi tu không có huynh đệ cùng lứa tuổi để tu chung, những lúc buồn hay gặp khó khăn không có người để chia sẻ. Rồi những lúc mình làm Phật sự cũng không có ai đồng hành với mình. Bao nhiêu công việc, cứ một mình chèo chống, làm suốt từ năm mười bảy tuổi cho đến bây giờ. Nhiều người hỏi Pháp Hòa sao không dẫn theo thị giả. Vì "giả" nên có "thiệt" đâu mà dẫn?

Thưa đại chúng, nói như vậy để quý vị thấy không phải Phật dạy mình đừng lo cho tương lai, nhưng nếu lo cho tương lai thì mình phải làm gì đó trong hiện tại. Trong bộ Tế Điên Hòa Thượng có câu chuyện: hòa thượng Tế Điên đói bụng, ổng ngồi tụng: "Tôi đói bụng quá. Ai có cơm cho tôi ăn không?", tụng hoài câu đó. Có một ông, ổng nói: "Hòa thượng tụng hoài cũng không có cơm ăn đâu". Hòa thượng Tế Điên nói: "Vậy là ông ngộ rồi đó". Hòa thượng giả bộ hiện cái tướng bất thường để trợ duyên cho ông đó, để ông đó nói câu này phải không? "Vậy là ông ngộ rồi." Muốn có cơm ăn thì phải làm việc chứ không phải cứ ngồi

---

[1] Ý nói tu viện Trúc Lâm & Tây Thiên ở Canada.

đó tụng mà có. Cho nên người Việt Nam nói một câu rất thiết thực: "Muốn ăn phải lăn vào bếp. Có thực mới vực được đạo".

Do đó, Phật dạy đừng lo về tương lai không có nghĩa là đừng lo cho tương lai, không phải vậy, mà có nghĩa là đừng khổ lụy, đừng trông chờ, sắp đặt nó. Quan trọng là mình sống với hiện tại và biết hiện tại mình đang làm gì. Có chánh niệm với hiện tại.

TẤT CẢ ĐỀU LÀ PHẬT PHÁP

Bây giờ chúng ta nói về vị bình đẳng đối với tất cả các thừa. "Thừa" là gì? Thừa có nghĩa là xe. Nói về xe là nói về khả năng chuyên chở. Hồi nãy quý vị đi tới đây bằng xe gì? Xe buýt? Xe buýt chở được năm, sáu chục người, vậy là phải đi hai xe. Một số người đi tự túc, tức là xe bốn chỗ hay bảy chỗ. Xe bốn chỗ hay bảy chỗ cũng là xe, phải không? Xe buýt là đại thừa, xe bảy chỗ là trung thừa, xe bốn chỗ là tiểu thừa, còn không đi xe nào hết là đổ thừa. Đổ thừa tại mưa nên tôi không đi (!). Phật dạy ba thừa thôi, mình tu làm sao mà lại thêm một thừa nữa – thừa của mình là đổ thừa. Người làm biếng luôn có cách để đổ thừa. Phật dạy trong kinh: người làm biếng thì sẽ có cách đổ thừa... "nóng quá nên không làm", "lạnh quá nên không làm", "đói quá nên không làm", "no quá nên không làm", "mệt quá nên không làm", "thời tiết xấu nên không làm". Rốt cuộc, không có lúc nào họ làm hết. Tại sao? Vì họ có cái thừa thứ tư, là đổ thừa. Còn nếu không làm biếng thì "Trời mưa thì mặc trời mưa, nếu mà mưa quá thì ta che dù".

Như vậy, nói các thừa là một cách nói để chỉ các loại xe, chứ thật ra tu hành thì không phân biệt. Không phân biệt Đại thừa, Trung thừa, Tiểu thừa gì hết. Chỉ vì mỗi loại xe có khả năng chuyên chở khác nhau thôi. Chứ tu theo Phật giáo không có tông phái gì hết. Phật giáo vốn không có tông. Bây giờ mình chia thành Thiền tông, Tịnh Độ tông, Mật tông, Pháp Hoa tông, Hoa Nghiêm tông, Pháp Tướng tông, Lục tông. Mình chia tông phái chứ Phật không có chia!

Nhưng mà chia để làm gì? Các ngài chia đâu phải để có cơ hội tổ chức đại hội giang hồ! Các ngài chia để mình dễ dàng hướng tâm. Ví dụ con muốn tu Tịnh Độ phải không? Được rồi, tất cả kinh sách về thuật Tịnh Độ ở đây, con cứ vô tìm. Y như bán hàng vậy. Người ta chia ra chỗ này bán thực phẩm, chỗ kia bán đồ dùng nấu ăn, chỗ nọ bán quần áo, chỗ khác bán dụng cụ vệ sinh... Muốn mua gì, mình vô đúng khu vực thì sẽ tìm thấy thứ mình cần. Tông phái cũng vậy. Nhưng mà mình lại muốn bành trướng cái tâm mình. Rốt cuộc, tu là để giải thoát mà cuối cùng tông phái, pháp tu nó làm cho mình trở nên chằng chịt, nó đóng bít mình lại. Cho nên trong kinh Phật dạy: dùng một vị bình đẳng đối với các thừa. Vị bình đẳng là vị gì? Vị giải thoát.

Tất cả mọi phương pháp đều là phương tiện giúp mình giải thoát, chứ không phải mình tu để sanh thêm ràng buộc. Người này niệm Phật để tâm thanh tịnh, nhưng người khác lại quán hơi thở để tâm thanh tịnh. Vậy thì quán hơi thở và lần chuỗi niệm Phật có khác không? Đâu có khác. Một bên lần chuỗi để định tâm, một bên thì đếm hơi thở để định tâm. Cũng là một thôi nhưng mà theo hai cách khác nhau. Mục đích là định tâm mà rốt cuộc lại loạn tâm. "Anh tu thiền chết không có đường đi. Tôi tu tịnh có Phật Di Đà rước" – tối ngày cứ lẩn quẩn, lẩn quẩn như vậy.

Cho nên đức Phật dạy trong kinh Bách Dụ: có một ông có hai đệ tử. Ổng bị đau hai cái chân nên hai đứa đệ tử chia nhau đấm bóp. Đứa A lo chân phải, đứa B lo chân trái. Mà hai đứa không thương nhau. Cùng đấm bóp cho ông thầy nhưng mà nó háy nhau, nguýt nhau, làm đủ trò mỗi ngày. Một ngày nọ, đứa A đi công việc, đứa B ở nhà. Đứa B nói: "Trời ơi! Hôm nay là cơ hội tốt để ta trả thù". Nó lấy cây đập gãy cái chân phải mà đứa A hay xoa bóp. Đứa A về cầm chân ông thầy lên thấy xụi lơ. "Thằng B chứ còn ai nữa! Tao sẽ đập lại cái chân của mày!" Cuối cùng, nó lấy cây đập cái chân trái mà đứa B xoa bóp. Rốt cuộc, ai là người gãy chân? Ông thầy.

Nói bài kinh đó xong, Phật giảng: chúng sanh hay đệ tử Phật không khéo sẽ giống vậy. Phật là người dạy pháp môn tu. Mình là đệ tử theo pháp môn đó nhưng rồi lại kình chống pháp môn đó. Cũng giống như ông thầy bị gãy hai cái chân vậy. Quý vị hiểu chỗ này không?

Phật là người chỉ cho mình cách tu. Phật là người giới thiệu các toa thuốc. Bữa nay anh này kêu: "Phật ơi, con nhức đầu quá". Phật nói: "Uống Tylenol đi con". Bữa khác, khi một anh khác đau bụng, anh này cũng nói: "Nè! Để tôi đưa thuốc cho. Hôm nọ tôi nhức đầu, Phật đưa tôi Tylenol". Anh này quên là anh kia đau bụng, không dính dáng gì tới đau đầu hết – ví dụ vậy. Cho nên đừng tưởng lầm rằng mình uống Tylenol hết nhức đầu thì thuốc này chữa hết các loại nhức. Mình hiểu như vậy là hiểu lầm. Hiểu lầm như vậy gọi là biên kiến hay là tà kiến. Cho nên Phật nói dùng một vị bình đẳng. Vị bình đẳng là gì? "Tất cả các pháp đều là Phật pháp, mà con không rõ nên theo dòng vô minh. Vì thế, trong trí bồ đề mà thấy không thanh tịnh, trong cảnh giải thoát mà sanh ràng buộc." Vị giải thoát là vậy đó. Vị giải thoát là vị bình đẳng. Các pháp đều là các phương tiện độ đời. Cho nên ngài Ấn Quang nói một câu cũng hay lắm: "Thuốc không phân biệt hay dở, uống lành bệnh là thuốc hay. Pháp không phân biệt cao thấp, chữa được tâm bệnh chúng sanh là pháp tốt".

NHÂN - DUYÊN - QUẢ

Dù không phải là Phật tử, không theo đạo Phật nhưng ai cũng nói, cũng biết về nhân quả. Tuy nhiên, nhiều người chỉ áp dụng nhân quả với người khác, dùng nhân quả để nói người khác, chứ bản thân họ thì không tin vào nhân quả. Thật ra, nhân quả không phải là một giáo lý của đạo Phật, mà là một đạo lý tự nhiên đúng với mọi người, mọi vật trên thế gian này. Đức Phật là người đã tư duy, quán chiếu và nhận thấy trên đời này có một quy luật gọi là nhân quả. Chúng ta gieo hạt xuống đất, gọi là nhân. Rồi nó lên cây, ra hoa và có trái, gọi là quả. Đó là nhân quả, nói một cách đơn giản. Như vậy, quả là do mình tạo. Mình trồng cây là nhân, có trái ăn là quả. Mình đi học là nhân, biết chữ là quả. Mình đi làm là nhân, kiếm được tiền là quả.

Mình nhẫn nhịn là nhân, để có một cuộc sống tốt hay một gia đình hạnh phúc là quả.

Cho nên nhân quả không phải do Phật tạo. Dù mình tin nhân quả hay không thì nhân quả vẫn xoay vần trong cuộc sống của mình. Nhưng nếu hiểu được nhân quả và cố gắng tạo nhân tốt, chúng ta sẽ được hưởng quả tốt, vậy thôi. Anh không đi học là nhân, anh dốt là quả. Anh không học là nhân, anh không có công ăn việc làm là quả. Anh bỏ bê nhà cửa là nhân, gia đình anh mất hạnh phúc, đổ vỡ là quả.

Mình nói "nhân quả" là nói ngắn gọn, nhưng để quả có mặt thì không chỉ có nhân mà còn phải có duyên. Cho nên ở khoảng giữa nhân và quả còn có cái gọi là *duyên*.

Duyên là gì? Là những thứ phụ trợ để quả có mặt. Ví dụ, mình gieo hạt xuống đất là nhân, rồi nước, ánh sáng, mặt trời, không khí, sương,... tất cả những cái đó là duyên. Những duyên đó giúp cho nhân này xanh tốt. Mình có con là nhân, nhưng mình không tạo duyên, không cho nó ở trong một môi trường tốt, cha mẹ không nói chuyện với nhau một cách lành mạnh, không sống chan hòa với nhau, trong gia đình chỉ có quát mắng... Cái đó cũng là duyên, mà là duyên khiến cho đứa nhỏ trở thành một đứa nhỏ thích bạo động, chỉ biết hét, biết hung dữ mà không biết lắng nghe, không biết lành thiện là thế nào. Cho nên mình cần hiểu tại sao khi một đứa nhỏ lớn lên, mình nên tìm trường học tốt cho nó. Thậm chí, nếu mình biết được trường đó dở, mình phải tìm trường tốt hơn. Như vậy là tạo duyên cho đứa trẻ – đứa trẻ là nhân. Mình không muốn mai mốt nó lớn lên thành người xấu, cho nên khi nó còn nhỏ, còn là một hạt giống, mình đã đem nó đi loanh quanh, tìm chỗ tốt để gieo hạt giống. Ngày xưa khi mấy chú nhỏ vô chùa ở, hễ thấy chú nào không vững là Pháp Hòa đem đi chỗ khác gửi. Tìm tới chùa, đạo tràng, trường học tốt để gửi. Vì sao? Vì mình không muốn cái nhân này ở trong một mảnh đất cằn cỗi, không muốn nó bị úng, bị mục để rồi không trở thành một cây tốt được.

Bản thân mình cũng vậy thôi. Mình nhìn con mình lớn lên mình lo, rồi mình đi tìm những nhân duyên tốt – các yếu tố tốt, môi trường tốt – để cho cái nhân này, cái hạt giống này, đứa nhỏ này trở nên tốt.

NHÂN QUẢ TỰ ĐẾN

Trong kinh Pháp Cú, đức Phật dạy:

"Dùng trượng phạt không trượng,
Làm ác người không ác.
Trong mười loại khổ đau,
Chịu gấp một loại khổ."

Tại sao gọi là "dùng trượng phạt không trượng"?
"Không trượng" là không gậy, nghĩa là lấy gậy đánh người
không có gậy. Giống như mình nói đơn giản là dùng gậy
đánh người tay không. Người tay không ở đây tượng trưng
cho người hiền. Nghĩa là mình làm ác với người không ác.
Người ta không xấu mà mình cứ đối xử xấu với người ta.
Người ta không gây hấn với mình mà mình cứ gây hấn với

người ta. Người ta giữ im lặng mà mình cứ đem người ta ra chửi bới hoài, ví dụ vậy.

Đây là những việc mà nếu mình làm, mình sẽ bị tổn hại, nhất là mắng chửi người có đạo đức, có phẩm hạnh, hay nói cách khác là bậc thánh. Bản thân người đó không phạt gì mình đâu, mà nhân quả nó tự đến. Ví dụ, mình ỷ mình lớn con, mình đánh một đứa nhỏ. Đứa nhỏ đó có thể là con, cháu của mình, hay thậm chí là một đứa nhỏ mình gặp bên đường. Chỉ vì nó nhỏ con, nó hiền quá không đánh lại mình nên nó chịu ngồi đó cho mình đánh nó. Nó đâu có quyền hạn gì để phạt mình, nhưng mọi người đi ngang thấy việc mình làm, họ sẽ can dự vào, hoặc họ sẽ gọi cảnh sát. Ở đây chuyện đó bình thường lắm.

Gần chùa của mình hồi xưa có một gia đình người Tây phương. Họ có một con chó. Bữa đó, vào mùa đông, trời lạnh mà họ quên mang nó vô. Con chó bị lạnh, nó tru, hét, sủa suốt đêm. Hàng xóm gọi cho cảnh sát liền. Họ báo cảnh sát không phải vì tiếng sủa của con chó làm họ ngủ không được mà vì lý do gia đình đó đối xử không tốt với con chó, để một con chó ở ngoài trời lạnh như vậy. Cho nên người Tây phương ở đây họ quý thú vật lắm. Họ thấy mình đối xử với một con chó, con mèo theo kiểu hành hung hay đánh đập là có thể họ sẽ gọi cảnh sát. Hôm rồi ở trên Tây Thiên có một con chó. Nó đi vô khuôn viên của chùa rồi lẩn quẩn suốt ngày ở đó, không đi đâu hết. Có lẽ nó đi lạc, không biết đường về. Mấy em trẻ sinh hoạt cả tuần lễ ở chùa thấy con chó ở trên đó. Vậy mà quý vị biết không, mấy em đi hết khu vực xung quanh và cuối cùng cũng tìm ra được nhà chủ của con chó để chở nó trả lại cho chủ. Trong một khóa tu khác trong năm nay, có một con mèo. Nó có mang. Nó đến Tây Thiên, rồi chui ở gầm một cái xe hay ở đâu đó và sinh gần cả chục con mèo con. Trời ơi, mấy đứa nhỏ thấy mèo mừng như lượm được vàng. Tụi nó hùn tiền, rồi đi mua cả đống đồ về: đứa mua mền, đứa mua đồ để lót nằm, đứa mua cái chén cho mèo ăn. Tụi nó mua về đủ thứ, bày cả một khu vực cho mèo. Mình thích hay không thích cũng không dám nói. Mình nói, nó sẽ nói mình không có từ bi, nói mình kỳ thị. Pháp Hòa hỏi: "Mấy đứa đi đâu?". Tụi nó nói: "Có mấy con mèo mới sinh. Tụi con hùn tiền lại để lo cho mèo".

Cho nên thưa đại chúng, mình thấy người ta hiền lành, không biết chửi mình, còn mình thì dư sức, dư từ ngữ, mình chửi thoải mái, mát miệng mình, nhưng mà nhân quả nó không tha. Người đó không làm gì mình, không rủa xả gì mình, không thưa kiện gì mình, nhưng mà trên đời có những người thấy chuyện bất bình sẽ rút dao tương trợ. Mình hành hung, ăn hiếp một người nào đó thì người khác sẽ ra tay. Đó là nhân quả.

AI LÀ NGƯỜI THỪA HƯỞNG NGHIỆP

Ví dụ mình theo đạo Phật, mình nghe nói về nghiệp, về nghiệp báo, nhân quả... Vậy những người không tin hay theo đạo Phật thì có chịu ảnh hưởng của nghiệp hay nhân quả không?

Nhân quả không phải do đức Phật chế[1]. Nghiệp báo cũng không phải do đức Phật chế. Đức Phật không chế cái gì hết. Nhân quả là một sự thật trong cõi đời này. Nhưng vì chúng ta sống mà không thấy được đạo, lý của nhân quả nên đức Phật là người chỉ rõ để chúng ta thấy được nó. Nếu sợ quả xấu thì chúng ta sửa thôi, không cần phải luận bàn đó là Phật hay không Phật.

---

[1] Chế: nghĩ ra, tạo ra.

Ví dụ một người, bất kể theo đạo gì, đi ra đường đánh người ta, hay ăn cắp ăn trộm, người đó có bị cảnh sát bắt không? Nếu hại người, người đó có bị ở tù không? Bây giờ, một người theo đạo Phật, người đó tu dữ lắm nhưng do một cơn nóng giận, họ cầm dao giết người. Mình có thể nói "Anh này đạo Phật, miễn nhân quả" không? Không cần biết anh theo đạo gì, nếu sống ở đời mà làm việc xấu, anh sẽ phải trả quả xấu. Nếu làm việc thiện, anh sẽ hưởng quả tốt. Nhân quả là luật chung chứ không của riêng một đạo nào cả. Cho nên một người dù không tin Phật, không theo đạo gì nhưng sống bằng nhân thiện thì sẽ hưởng quả thiện.

Nhân là gì? Là những gì chúng ta làm. Còn quả là gì? Là những gì chúng ta hưởng hay nhận. Và duyên ở giữa nhân và quả. Duyên là gì? Là những điều kiện giúp cho nhân sinh. Ví dụ mình tức giận một người, mình kể cho người khác nghe. Người đó họ tạo thêm duyên: "Thấy chưa, giờ bà sáng mắt chưa? Tui nói mà bà hổng tin. Cái con nhỏ này xài hổng vô". Người đó tăng cơn giận của mình lên. Tại sao? Vì mình tăng cái duyên. Duyên ở đây là điều kiện mình tạo ra cho cơn giận đó tăng trưởng. Cho nên mình càng thêm tức giận người kia, và chuyện này có thể dẫn đến cái quả là mình đi đánh người kia. Nhưng nếu mình vừa khởi tâm nóng giận, người khác khuyên mình: "Thôi chị ơi, nó con nít. Nó còn trẻ, mình đừng giận nó làm chi". Nếu người đó nói những lời làm cho cơn giận của mình hạ xuống thì cái nhân nóng giận không tăng trưởng.

Như vậy, quả là kết quả, kết cuộc của cái nhân. Nhưng mà giữa nhân và quả có duyên ở đó. Duyên là những điều kiện giúp đưa đến quả. Ví dụ, mình gieo một hạt giống xuống đất. Nó không tự mọc và có trái được. Bây giờ mình phải tạo duyên: thêm nước, bưng nó ra chỗ nắng, có ánh sáng, v.v... cho nó đủ duyên để mọc tốt. Và cái hoa này là quả.

Trên đời này không có bất cứ cái gì ở ngoài nhân quả. Anh tin hay không tin, đó là chuyện của anh, nhưng anh không sống ngoài nhân quả.

Vậy nghiệp là gì? Là những việc chúng ta làm thành thói quen. Ví dụ, nhiều người có thói quen chửi thề khi nói. Chửi thề là nghiệp, mà là nghiệp xấu. Cũng có người hễ mở miệng là "Mô Phật". "Mô Phật" cũng là nghiệp, nhưng là nghiệp tốt. Như vậy, nghiệp là hành động, việc làm, lời nói. Nói chung, những gì chúng ta làm thường xuyên thành thói quen gọi là nghiệp. Nhưng nếu không chánh niệm, chúng ta có thể tạo nghiệp xấu. Còn nếu đủ chánh niệm, chúng ta tạo nghiệp tốt. Người theo Phật hay không theo Phật đều bị chi phối bởi nghiệp.

Mọi việc trong cuộc sống hằng ngày của mình đều thành thói quen. Ví dụ, một người là bác sĩ, đó là nghề nghiệp. Bác sĩ khám bệnh phải có ống nghe, và còn mang theo một vài dụng cụ khác trong túi hành nghề. Giả sử một hôm, ổng làm mất nguyên cái túi hành nghề. Vậy cái nghiệp bác sĩ của ổng có mất không? Không. Nghiệp bác sĩ đâu có mất. Ổng đi đâu, cái nghiệp đó vẫn đi theo ổng. Nghề của ổng mà. Cho nên, cái ống nghe và các dụng cụ y tế là những trợ duyên để việc hành nghề, hành nghiệp của ổng được dễ dàng. Lỡ như không có những thứ đó, ổng vẫn hành nghề được, hay nói cách khác, nghiệp của ổng không mất. Không có ổng nghe, ổng vẫn có thể bắt mạch, nghe hơi thở của bệnh nhân. Ổng vẫn có cách nào đó để khám, chữa bệnh cho người ta vì nghiệp của ổng, nghề của ông không mất.

Sống trong cõi đời này, tất cả chúng ta đều mang trong mình cái nghiệp. Nhưng quan trọng đó là nghiệp tốt hay nghiệp xấu. Và nếu biết mình đang mang nghiệp xấu, chúng ta phải làm sao? Tu là để chuyển cái nghiệp xấu đó. Tu là vậy chứ có gì đâu. Nói cách khác, tu là thay đổi những thói quen xấu của mình. Ví dụ, có người nói "Tui có thói quen tối nào trước khi đi ngủ cũng uống một lon bia". Như vậy đâu có tốt. Chuyển cái nghiệp đó đi. Thay vì vậy, tối nào trước khi đi ngủ cũng uống một ly nước ấm. Nhờ vậy máu huyết lưu thông, ít có nguy cơ bị đột quỵ hay tai biến. Tối đi ngủ uống một ly nước ấm, sáng thức dậy uống một ly nước ấm. Vì sau một đêm, nếu mình uống nước lạnh vô, nó sẽ làm lạnh dạ dày, không tốt. Sáng thức dậy uống một ly nước ấm cho ấm tỳ, ấm dạ dày. Mình tập riết sẽ thành thói quen. Nhiều người nói "Tôi uống nước lọc không được". Nhưng không nước nào tốt bằng nước lọc. Nước lọc rẻ tiền nhất mà lại tốt nhất.

Ví dụ, thói quen hút thuốc khi ăn cơm xong là một cái nghiệp – là nghiệp xấu. Nghiệp này làm mình bị bệnh về phổi. Trước hết, phải tập làm sao để không hút thuốc sau bữa ăn. Một điếu thuốc sau bữa ăn bằng mười điếu thuốc lúc bình thường. Vì khi đó, tất cả các bộ phận trong cơ thể đều đang hoạt động, đưa thức ăn đi nuôi dưỡng từng bộ phận trong cơ thể. Một hơi thuốc hít vô sẽ phân tán ra các bộ phận đó luôn. Còn lúc bình thường, khói thuốc chỉ làm hại phổi thôi. Hút thuốc là một thói quen, là nghiệp xấu.

Như vậy, nghiệp báo, nhân quả không do ai đặt ra. Phật không đặt ra nghiệp báo hay nhân quả. Tin Phật hay không, anh cũng sống trong nhân quả. Không tin nhân quả, anh cũng sống trong nhân quả. Nhưng nếu tin có nhân quả, anh sẽ cố gắng tạo nhân tốt để hưởng quả tốt. Còn nếu tin Phật mà không tin vào nhân quả, anh vẫn sẽ làm việc xấu. Dù lạy Phật, cúng Phật hay xây tượng Phật, anh vẫn phải trả quả như thường. Chứ không phải mình làm gì cho Phật rồi Phật cứu vớt mình. Không phải vậy.

Ở đời, có những cái sờ sờ trước mắt mà chúng ta không thấy. Phật là người thấy và chỉ cho mình. Ví dụ, trong hư không có bụi nhưng mình không thấy. Nếu có ánh nắng soi vô, mình sẽ thấy bụi. Ánh nắng chính là chánh niệm, là trí tuệ, còn bụi là phiền não, khổ đau. Nếu có trí tuệ, có ánh sáng thì sẽ thấy được bụi đó, còn nếu không, chúng ta cứ sống trong bụi.

Vậy, nghiệp báo hay nhân quả không phân biệt người tin Phật hay không tin Phật. Mọi người đều sống bằng cái nghiệp của mình và mọi người đều bị nhân, quả, nghiệp chi phối. Nhân, duyên, nghiệp, quả, liên kết với nhau. Nhân liên kết với duyên, thành quả, lâu ngày thành thói quen, thành nghiệp. Nhiều người thường hay giận – cũng là một loại nghiệp, nghiệp giận.

Và "quả báo" không hẳn là xấu. Chỉ vì xưa nay thấy ai vướng vào điều gì xấu, mình thường nói: "Nó mắc quả báo đó". Nói riết thành quen, nên mình hiểu quả báo theo một chiều – chiều xấu. Nhưng thật ra, quả báo là kết quả đến với mình. Một ông thầy, ví dụ như Pháp Hòa, đi tu ba chục năm. Sau ba chục năm tu thì ít nhất cũng thuộc vài bài kinh, biết được chút Phật pháp. Nhìn vô ông thầy, đại chúng nói: "Ồ, ông thầy này bây giờ đã có quả báo". Nghĩa là sau ba mươi năm tu tập, ổng có được quả báo là thuộc kinh. Ví dụ đại chúng tối nào cũng tụng kinh. Quả báo của nghiệp tụng kinh là hiểu được lời kinh, nhớ được lời kinh và thậm chí chuyển hóa được những phiền não trong mình.

Như vậy, lâu nay mình hiểu quả báo chỉ theo một chiều. Mỗi khi nói cái gì đó tiêu cực, mình lại dùng từ quả báo, dùng riết nên hiểu lầm. Chứ thật ra mình tạo nhân tốt thì được quả tốt, vậy thôi. Quả báo đâu phải chỉ là những cái xấu.

Qua đây, Pháp Hòa mong đại chúng hiểu thêm một chút về nghiệp, về nhân quả, và quả báo. Nhân, duyên, nghiệp, quả – bốn cái này đi với nhau, liên đới với nhau. Và bất luận là người theo đạo Phật hay không theo đạo Phật, chúng ta đều bị nó chi phối và sống với nó. Mình là người tạo nghiệp rồi mình cũng thừa hưởng chính cái nghiệp của mình.

THÓI QUEN
MỖI NGÀY

Những gì chúng ta làm mỗi ngày, lặp đi lặp lại mỗi ngày sẽ thành nghiệp. Ví dụ, mình mới mở tiệm bán thức ăn nên chưa quen việc. Xào nấu thức ăn chưa quen, bày biện thức ăn chưa quen, bưng thức ăn chưa quen. Nhưng chỉ chừng một năm thôi, tay chân mình đã trở nên lanh lẹ. Mười năm sau sẽ khác nữa, hai mươi năm sau càng khác nữa. Mình sẽ ngày càng nhanh hơn, thuần thục hơn. Mấy chú mới vô chùa tu, mấy tháng đầu thỉnh chuông, thỉnh mõ chưa quen. Nhưng mỗi ngày mỗi tập, một ngày mấy thời kinh, mỗi lần đều thỉnh chuông thỉnh mõ, thay phiên nhau làm, thì chỉ chừng một năm thôi, mấy chú sẽ thuần thục. Làm riết sẽ quen tay. Bây giờ chỉ cần cầm cái mõ lên, thầy tụng cỡ nào mấy chú cũng đánh được hết. Cái này là nghiệp, nhưng là nghiệp tốt.

Nghiệp có hai loại: nghiệp thiện và nghiệp không thiện. Ví dụ, mình tập một thói quen tốt, hễ bắt điện thoại lên là "Dạ xin lỗi, ai ở đầu dây?", "Dạ xin lỗi, cho con biết tên được không?". Cũng là nghiệp, mà là nghiệp tốt. Còn "A lô, ai đó? Cần gì?" – cũng là nghiệp, cái nghiệp trả lời điện thoại mà khi nghe rồi người ta không muốn nói tiếp nữa. Tại vì nghe cách mình hỏi, người ta biết nếu nói nữa thì sẽ có chuyện. Cách mình nói chuyện hay đi đứng, vụt chạc[1] hay nhẹ nhàng, tất cả đều là thói quen. Thói quen tốt là thiện nghiệp, còn thói quen xấu là hắc nghiệp.

Như vậy, mỗi người phải tự tạo cho mình nghiệp tốt. Và mình nhớ rằng trên đời này không ông trời nào ban phước hay giáng họa gì cho mình hết. Tất cả tùy vào cách mình sống thôi. Mà cách sống của mình chính là nghiệp.

---

[1] Vụt chạc: thiếu cân nhắc, thiếu suy nghĩ.

HOÀN CẢNH SỐNG

Mỗi người có cách sống, hoàn cảnh sống khác nhau. Tùy theo phước, vận của mỗi người mà chúng ta rơi vào những hoàn cảnh không giống nhau. "Rơi" ở đây không phải là ai đẩy mình vào, mà do mình thích sống như vậy, mình chiêu cảm[1] như vậy.

Ví dụ, có người do nghiệp mà vướng vào cảnh nghèo khổ, phải sống trong hoàn cảnh khó khăn, túng thiếu và dơ bẩn. Nhưng cũng có những người có hoàn cảnh sung túc, nhà cửa đầy tiện nghi, nhưng họ bị một cái tập nghiệp, đó là thói quen sống bê bối. Quần áo, chén bát, nhà cửa đẹp đẽ nhưng bừa bộn. Có nước dùng thoải mái, nhưng họ

---

[1] Chiêu cảm: "chiêu" có nghĩa là kêu gọi, mời đến. Tâm ta thế nào thì sẽ "chiêu cảm" những điều như thế ấy đến với ta.

không thích sống sạch sẽ, cứ thích lộn xộn, tùm lum vậy đó. Nhà đầy kệ nhưng họ không chịu để giày lên kệ, mà để đầy trên sàn nhà. Có cây lau nhà nhưng lúc nào sàn nhà ở thềm cửa cũng đầy những vết sình, bùn. Có chỗ để mắc áo nhưng họ không bao giờ treo lên, đụng đâu quăng đó. Những người ưa sạch sẽ rất bực bội những chuyện như vậy.

Cách đây khoảng mười mấy năm, Pháp Hòa có "làm quan tòa", xử cho một cặp vợ chồng người Tây phương (cả hai là đệ tử lớp thiền thứ sáu). Ông chồng sống bê bối đến mức độ (xin lỗi đại chúng) bà vợ lên đây than phiền. Bả đòi ly dị chỉ vì một việc đó. Ổng đứng một chỗ thay quần áo để đi làm rồi bước ra cửa luôn, thay vì bỏ quần áo dơ vô cái rổ ở kế bên. Nghĩa là (xin lỗi) ổng hạ cái quần xuống rồi bước ra thay cái quần mới. Còn cái quần cũ, ổng để y nguyên ở chỗ đó. Bả thấy vậy, bả bốc cái quần dơ bỏ vô rổ. Bả nghĩ mới cưới mà, thôi kệ, ráng làm rồi từ từ sửa đổi. Ban đầu bả định chịu đựng nhưng cuối cùng chịu không nổi. Mà không phải chỉ chuyện quần áo. Uống ly sữa xong, ổng cũng để cái ly ở đó cho dù cái bồn rửa ở kế bên. Ổng chỉ cần để cái ly vô bồn rửa thôi mà cũng không làm. Ổng bày bừa từ trong ra ngoài, từ trái sang phải. Cái cây xúc tuyết không bao giờ nằm ở vị trí cũ. Cứ mỗi lần ổng xúc tuyết xong, nó lại nằm ở chỗ khác, nên nhiều khi bả đi kiếm muốn chết luôn. Chỉ có hai vợ chồng, mà con thì còn nhỏ. Bả vừa phải lo cho con, vừa phải đi theo hầu ổng nữa. Chỉ có nhiêu đó thôi, mà… quý vị thấy không?

Đâu phải ai cũng rơi được vào hoàn cảnh tốt. Có những người nghèo quá, túng quẫn quá nên nhà cửa bê bối – cái nghiệp của người ta thì đã đành. Nhưng nhiều người sống trong một môi trường rất tốt mà không tận dụng. Nhiều khi hoàn cảnh cho phép nhưng mình đâu có chịu đi học. Mình có một gia đình êm ấm nhưng mình đâu có vui. Con người sung sướng quá thì sanh tật, bắt đầu suy nghĩ những chuyện xằng bậy.

Tại sao có hoàn cảnh sống tốt mà mình không tận hưởng, có phước mà không biết dụng phước?

CHỌN NGƯỜI THÂN CẬN

Chúng ta sống thì phải mưu cầu hạnh phúc. Đó là chuyện đương nhiên. Cũng giống như sống thì phải tìm kế sinh nhai. Chúng ta phải mưu sinh, nhưng hãy nhớ nhìn lại. Kiếm tiền bằng cách nào để khi cầm đồng tiền đó, lương tâm của mình không bị cắn rứt. Nếu mình hại một người để có địa vị cao hơn, lòng mình sẽ không an. Mình sẽ luôn bị ám ảnh về chuyện đó. Đó là chưa kể nếu mình rủ rê, lôi kéo người khác để cùng làm việc đó, tập nghiệp sẽ trở thành cộng nghiệp.

Cho nên trong đời sống, nếu ai đó rủ rê mình ghét bỏ người khác, hãy cẩn thận để tránh cộng nghiệp. Một khi đã có cộng nghiệp thì người kia ở đâu, mình ở đó. Người đó làm gì, mình cũng làm theo họ. Chắc quý vị còn nhớ một câu chuyện Pháp Hòa kể. Một hôm, các thầy theo đức Phật đi lên núi Linh Thứu. Mỗi thầy lớn đều có một tốp đệ tử theo sau. Ví dụ, ngài Mục Kiền Liên có một tốp theo sau, ngài Ca Diếp có một tốp theo sau, ngài Xá Lợi Phất có một tốp theo sau. Tất cả các vị đều có đệ tử đi theo. Khi đó, đức Phật hỏi ngài A Nan: "Thầy có biết tại sao từng vị đó có những người đi theo không?". Tại vì họ có cùng sở thích với nhau. Ví dụ, những người thích thần thông sẽ theo ngài Mục Kiền Liên, những người thích tu khổ hạnh sẽ theo ngài Ca Diếp, những người thích làm giảng sư thuyết pháp sẽ theo ngài Phú Lâu Na. Những người thích thuyết về Bát Nhã sẽ đi theo ngài Tu Bồ Đề. Những người thích trì luật sẽ đi theo ngài Ưu Ba Ly. Đức Phật nói với ngài A Nan: "Những vị đó đều có cộng nghiệp, duyên lành với nhau".

Thật may là các vị đó đều là thánh tăng, nên những vị đi theo được học hỏi. Nhưng nếu không may mắn, không đủ duyên lành để kết bạn với những thiện tri thức[1] mà lại đi theo những người không phải là thiện tri thức, chúng ta sẽ bị ảnh hưởng bởi tư tưởng, cách sống, cách nhìn nhận tiêu cực của họ về mọi việc.

Trong khi đó việc thiện chúng ta không làm mà đi xoi mói những người làm việc thiện. Mình không làm thì để người khác làm. Dù việc họ làm "thiện" hay không thì đó cũng là nhân quả của họ. Nhân quả họ tạo chứ mình đâu có dính dáng gì. Mình nói làm chi để tạo cộng nghiệp, để rồi mai mốt mình sẽ gặp một cái họa. Ví dụ, mình gặp nạn,

---

[1] Thiện tri thức: người có đủ đạo hạnh để dẫn dắt hay giúp đỡ người khác trên đường tu.

CHIA SẺ TỪ TRÁI TIM

ai đó đang định giúp mình thì có người tới cản. Tại sao trong số mười người, năm người kia được giúp mà tới lượt mình – người thứ sáu – người ta lại không giúp? Đó là quả. Một ví dụ khác, nếu mình thấy ai thối tâm[1] tu, thay vì khuyến khích, mình nói làm họ nản thêm, thì mai mốt mình sẽ bị một cái quả: đường tu của mình nó sẽ không trơn tru, thế nào rồi cũng có chỗ bế tắc.

---

[1] Thối tâm: thoái chí.

NGHIỆP RIÊNG VÀ NGHIỆP CHUNG

Thưa đại chúng, nếu gặp người nào tu mà không dễ thương, mình đừng thất vọng. Mình nói câu này: "Nhân hư, đạo bất hư". Đạo đâu có hư, chỉ tại người thôi. Cho nên nếu hiểu "Nhân hư, đạo bất hư", mình sẽ sớm chận đứng được nghiệp tiêu cực của mình. Mình sẽ không lui sụt[1]. Còn "bất thối" trong "Bất thối Bồ Tát vi bạn lữ" mà quý vị thường tụng là gì? Bất là không, thối là lui. "Bất thối Bồ Tát vi bạn lữ" có nghĩa là những vị Bồ Tát không lui sụt là bạn của mình. Mình chơi với bạn bất thối, mình cũng bất thối. Còn nếu thấy những người tu mà thối lui, tu mỗi ngày mỗi lùi, mình cũng bị ảnh hưởng cái nghiệp đó.

---

[1] Lui sụt: thụt lùi và sa sút.

Mỗi người đều có nghiệp riêng và nghiệp chung. Ví dụ, hồi ở Việt Nam mình sống khổ lắm nên cái gì mình cũng cất đi, để dành. Khi qua đây[1], mặc dù đời sống dư dả, chai lọ không thiếu nhưng mình vẫn cất đầy nhà. Quý vị biết vì sao không? Vì mình quen rồi, quen cái "nghiệp cất" rồi. Không xài cũng cất, vì bỏ thì tiếc. Nhiều khi mấy đứa con dọn dẹp quăng hết mấy cái chai lọ ra sân, mình lại len lén bưng vô. Mấy ngày sau con nó thắc mắc "Ủa, mấy cái này quăng hết rồi mà sao bây giờ lại ở đây?". Cất giấu như vậy là nghiệp. Mặc dù nó không phải là tội lỗi gì cả, nhưng mình thế nào thì mình thừa nhận thế đó. Mình thừa nhận để làm chi, để biết, để khi nào cần dứt cái nghiệp thì phải dứt.

Thưa đại chúng, cho dù mình có thói quen tích trữ đi nữa, trong tâm mình phải nuôi một niệm[2]: đây là của vô thường. Cất để dành khi cần dùng nhưng hễ *đi* là phải bỏ. Nhớ vậy thì khi chết sẽ không lưu luyến. Nếu không, chết mà vẫn nhớ mấy cái hũ đựng chao. Cái đó nó làm mình trì trệ.

Tại sao người ta tập buông? Vì người ta sợ rằng cái nghiệp tích trữ, lưu luyến đó sẽ ảnh hưởng đến tâm thức của mình. Cho nên hằng ngày, những gì chúng ta cần xài thì cứ xài, nhưng trong tâm phải nuôi ý niệm "vật chất vô thường". Mình còn không thật, huống chi của cải vật chất. Hồi mình qua đây không có gì, mai mốt mình đi cũng không có gì. Phải nuôi cái tâm đó để nó trở thành

---

[1] Tức Canada.
[2] Nuôi một niệm: giữ một ý niệm trong đầu, nhớ một điều.

nghiệp thiện để mình không tái lai[1]. Các vị Bồ Tát tái lai, trở lại cõi đời này để độ chúng sanh. Mình tái lai để làm gì? Để giữ của. Giữ của vì thương con nhớ cháu. Đó là nghiệp.

Mới vừa rồi đây, Pháp Hòa coi mấy hình ảnh từ video người ta quay người Việt mình đi mua đồ ở Costco[2]. Quý vị biết không, cái xe đẩy của Costco thấp chủn mà họ chất giấy vệ sinh cao như núi. Anh Phật tử gửi cho Pháp Hòa những hình ảnh đó nói: "Sư phụ coi người ta đi mua giấy vệ sinh nè. Hy vọng khi dịch COVID qua rồi, họ sẽ không mang lại trả cho Costco". Bữa nay ở Costco, họ đặt một cái bảng ở ngay chỗ mình thường mua gạo, giấy vệ sinh, giấy lau tay loại ướt. Trên bảng ghi dòng chữ thiệt to: "Xin lỗi, chúng tôi đã hết gạo, nước, giấy lau tay". Thậm chí, có những tấm hình chụp nhân viên Costco cầm cái bảng đứng ngay ở cửa để trả lời "Hết hàng", vì khách hàng người Việt cứ kêu nhân viên lại hỏi "Giấy để ở đâu, gạo để ở đâu?". Trả lời riết mệt quá, họ cầm cái bảng cho tiện. Vậy mà người ta vẫn xếp hàng ra tới cửa. Quý vị biết vì sao không? Tại vì từng sống khổ nên mình sợ quá rồi, bây giờ nghe tin gì chút xíu mình cũng lo lắng... Trong khi mấy anh Mỹ trắng vẫn tỉnh bơ, không có vẻ gì lo lắng hết. Còn Pháp Hòa nói thì nói vậy chứ cũng thủ[3]. Nghiệp đó! Nhìn vậy chứ trong giỏ lúc nào cũng có cái khẩu trang, để lỡ khi ra phi trường nếu thấy ai cũng mang thì mình mang. Nhưng mà không ai mang... Quan niệm của người Mỹ và của

---

[1] Tái lai: trở lại đời sống thế gian.
[2] Costco: tên một chuỗi siêu thị của Mỹ.
[3] Thủ: lấy về cho mình, lo cho mình trước (ý nói vui).

người Việt về chuyện mang khẩu trang khác nhau. Người Việt mình mang khẩu trang vì sợ bệnh, trong khi quan niệm của người Mỹ là bệnh mới mang khẩu trang, để mình không lây cho người khác. Trời ơi, nếu mình lên máy bay mà vẫn bịt khẩu trang kiểu đó, họ sẽ hỏi "Mày có sao không?". Nhìn những hình ảnh đó, mình mới thấy đây là nghiệp. Tại vì mình từng nghèo khổ, lúc nào cũng dự trữ nên quen rồi. Pháp Hòa đảm bảo không người Việt nào không dự trữ hai, ba bao gạo trong nhà, mặc dù đang sống trong thời bình. Giấy vệ sinh giảm giá, hễ chỗ nào có tóc đen[1] là họ bán với số lượng giới hạn. Mặc dù loại giấy này không hề bị giới hạn số lượng ở những Costco có nhiều người Mỹ. Costco nào có người Việt đều phải làm vậy. Nhưng Costco tính không qua mình tính[2]. Mình quay trở vô, mua thêm rồi đi qua quầy khác tính tiền. Mỗi người được cho mua sáu cái nhưng rốt cuộc xe người nào cũng trên hai chục cái. Trời ơi, mình cũng biết tính dữ lắm, đi ra rồi đi trở vô, còn không thì dẫn nguyên một nhà đi, phân chia nhau: "Nè, qua đó tính nha, qua đó tính nha". Quý vị biết tại sao Pháp Hòa biết không? Pháp Hòa làm y chang. Pháp Hòa mua cho chùa. Mình làm rồi bắt đầu kiếm cách tự bào chữa: "Tôi mua cho chùa". Đi đâu cũng trả giá – cái nghiệp trả giá – mà trả giá xong lại kiếm cách để bào chữa: "Tôi mua cho chùa". Tự giới thiệu như vậy để nài ép người ta bớt cho mình.

---

[1] Ý nói người châu Á.
[2] Nói vui từ thành ngữ gốc "Người tính không qua trời tính".

Mỗi người có nghiệp riêng, gọi là biệt nghiệp. Nhưng sống chung với người nào, biệt nghiệp lây thành một cái tập nghiệp. Đó là nghiệp chung của cộng đồng, còn gọi là cộng nghiệp. Pháp Hòa ví dụ, mình có năm đứa con. Năm đứa nó là con của mình, nhưng năm đứa là năm cá tính. Cá tính là biệt nghiệp, là nghiệp riêng của mỗi đứa, mình nói sao được. Thậm chí mỗi bữa ăn, nhìn vô là biết món này dành cho đứa này, món kia dành cho đứa kia. Tại vì người mẹ biết biệt nghiệp của từng đứa con. Người mẹ là giáo chủ của các loại nghiệp. Chồng một nghiệp, con mỗi đứa một nghiệp. Mình làm mẹ, làm vợ, nên mình phải thâu nhận hết. Cứ như vậy, riết rồi mình bị lây. Có những người ăn cay nhưng sống chung với người không ăn cay nên cuối cùng bỏ ăn ớt theo người kia luôn, chứ nếu không thì khó ăn, khó nấu quá. Lâu ngày họ cũng quen không ăn cay. Cho nên chúng ta biết mỗi người đều có nghiệp riêng, nhưng chúng ta phải cẩn thận: biết mỗi nghiệp riêng là thiện hay bất thiện.

Nếu đó là nghiệp bất thiện, chữ tu mới bắt đầu hiệu nghiệm. Tu là gì? Là chỉnh sửa nghiệp. Mình không nên nói "Tôi là vậy đó". Mục đích của cuộc sống chung là gì? Tại sao gọi là chúng sanh? Chúng sanh là gì? Là cùng chung mà sống. Mà mỗi chúng sanh, mỗi biệt nghiệp. Rồi khi về sống chung, chúng ta ảnh hưởng biệt nghiệp của nhau, thành cộng nghiệp. Cho nên khi mỗi người chúng ta làm một việc thiện, lâu ngày, đông đảo, chúng ta có nghiệp thiện chung. Đó là cộng nghiệp, mà là cộng nghiệp thiện. Ngay bây giờ, cả thế giới đang có một cộng nghiệp, dưới con vi-rút.

Quý vị nhớ là không phải lần đầu mình có cộng nghiệp. Không năm nào không có những cộng nghiệp. Ví dụ, New York bị khủng bố cách đây mười chín, hai mươi năm và kể từ đó, chúng ta bị một cộng nghiệp: kinh tế xuống dốc trong suốt một thời gian dài. Trước vụ khủng bố đó người ta không xét[1] nhiều, nhưng bây giờ hành khách bị xét rất kỹ. Ngày xưa mình có thể mang chất lỏng lên máy bay nhưng bây giờ, cái gì có nước hoặc chất lỏng trên 100ml đều không được. Bây giờ, kể từ tháng Mười Một vừa rồi, đặt chân tới phi trường Mỹ hay Canada thì sẽ thấy cái máy hiện lên câu "Anh từng đi qua Vũ Hán chưa?". Bữa nay cái máy không hỏi câu đó nữa, mà quý vị biết thay bằng câu gì không: "Bạn có đến Iraq trong mười bốn ngày qua không?". Vì Iraq đang bị ảnh hưởng dịch rất nặng. Bây giờ nếu Pháp Hòa qua Mỹ rồi mai mốt trở về Canada, thể nào cũng sẽ gặp lại câu hỏi đó. Hễ nước Mỹ bị cái gì đó thì các nước khác đều bị ảnh hưởng. Đó là ảnh hưởng chung, vì một cái bị ảnh hưởng thì những cái khác cũng bị ảnh hưởng.

Trong một gia đình, mỗi thành viên đều có biệt nghiệp, và biệt nghiệp của mỗi người sẽ ảnh hưởng tới cộng nghiệp của cả gia đình. Ví dụ, mình có một người chồng nóng tính, hay la hét. Cứ mỗi lần tức giận, ổng quát tháo là cả nhà bị ảnh hưởng, mấy đứa con chịu trận hết. Nếu như mình không chuyển[2] được cái biệt nghiệp của ông chồng thì những đứa con của mình sẽ thường xuyên ở trong cơn khủng hoảng.

---

[1] Xét: kiểm tra an ninh.
[2] Chuyển: sửa đổi, chuyển hóa.

Cho nên chúng ta phải có chánh niệm, phải tỉnh thức để biết từng cái biệt nghiệp của mình. Nếu thấy biệt nghiệp nào không thiện, chúng ta phải tìm cách chuyển nó để nó dần trở thành nghiệp thiện. Ví dụ, mình đi ra sân khi trời lạnh và mình mặc một áo khoác, nhưng nếu thấy chưa đủ ấm, mình mặc thêm một cái nữa. Ở nhà, mình tăng nhiệt độ máy sưởi cho ấm. Sau đó thấy nóng quá, mình giảm nhiệt độ, và nếu thấy lạnh, mình lại tăng. Nói chung trong cuộc sống này, mọi việc đều có thể tăng giảm. Bản thân chúng ta cũng như thế. Chúng ta cần chỉnh sao cho chúng ta ở trạng thái bình thường, không bất thường và cũng không tầm thường. Chúng ta phải ở trạng thái bình thường.

Người Nào Nghiệp Nấy

Có một chú tiểu tụng kinh. Tụng kinh xong, vì buồn ngủ quá, chú đi ngủ sớm và quên cất quyển kinh. Quyển kinh nằm chơ vơ trên sàn. Một con chuột đi ngang. Thấy quyển sách, nó mừng quá, nghĩ thầm: "Đúng là buồn ngủ gặp chiếu manh. Thôi thì mình tha quyển sách này về làm chỗ ngủ". Sau khi nó tha quyển kinh về, mở quyển kinh và trải ra, cả nhà chuột leo lên đó nằm, hạnh phúc lắm. Bầy chuột đang nằm ngủ trên quyển kinh mà chúng cho là cái giường êm ái nhất thì bỗng nghe tiếng "Meo, meo" ở phía cửa. Bầy chuột tỉnh dậy và bỏ đi. Con mèo thủng thỉnh đi tới. Nhìn thấy quyển sách, con mèo thích quá kêu lên: "Chiếc chiếu thật đẹp!". Rồi nó cuộn mình trên quyển sách. Nó đang nằm thiu thiu, tận hưởng như vậy thì nghe có tiếng chó sủa. Nó tự nhủ "Kẻ thù tới!", nên đứng dậy bỏ đi. Một lúc sau, con chó đi tới. Thấy quyển sách, nó thích chí: "Trời ơi, bầy con của mình ở nhà mỗi khi ngứa răng cắn tùm lum. Món đồ chơi này ở đâu ra hay quá! Mình sẽ na[1] về cho tụi nhỏ chơi. Khi chó mẹ na quyển kinh về, bầy chó con xúm lại giỡn. Chúng cắn, cấu, xé mỗi trang một nơi. Ngay lúc đó, đứa con của chủ nhà, cu Tí, đi học về. Thấy những tờ giấy bị xé nằm tứ tung, nó gom lại. Lúc đầu, nó dán một con diều, sau đó nó xếp một chiếc máy bay và một chiếc tàu. Chơi chán, nó cắt hết thành những mảnh giấy vụn rồi để ở góc phòng. Bầy mối khoái giấy vụn, na một ít về.

Vậy là một quyển kinh được chia năm xẻ bảy và mỗi người sử dụng quyển kinh theo cách riêng của mình. Một quyển kinh Nhật Tụng[2], đối với chú tiểu là quyển kinh quý, đối với con chuột là chỗ để nằm, đối với con mèo là chiếc chiếu, đối với bầy cún là đồ chơi, đối với cu Tí là phương tiện xếp diều, còn đối với những con mối là đồ ăn ngon. Trong cuộc sống cũng vậy, nhiều khi cùng một sự việc, mỗi người chúng ta nhìn theo mỗi cách, tùy theo nghiệp của mình.

Nhiều khi bước vô chánh điện, chúng ta thắp nhang và cảm nhận mùi nhang thật thơm. Nhưng người dị ứng với mùi nhang sẽ sặc sụa và nói: "Trời ơi, mùi khói nhang

---

[1] Na: mang.
[2] Kinh Nhật Tụng: kinh để tụng hằng ngày.

khủng khiếp quá". Người bị suyễn ngửi khói sẽ không chịu được. Quý vị thấy không, cũng một cây nhang cúng Phật mà vậy đó. Chúng ta không thể nói "Tội chết! Nhang cúng Phật mà chê hôi, nhang cúng Phật mà chê thúi", thế này thế kia. Vì sao vậy? Mỗi người mỗi nghiệp. Nghiệp của người suyễn là không ngửi được khói. Nghiệp của người bị dị ứng là không ngửi được mùi nồng. Nghiệp của mình là ngửi được mùi nhang. Có người ngửi mùi sầu riêng mà tưởng hố gas bị rò rỉ nên chạy đi tìm. Người ăn được mắm thì thấy nó ngon, không ăn được mắm thì thấy nó hôi. Cho nên ở trên thế gian này, cái gì chúng ta thích thì chúng ta hưởng ứng, cái gì chúng ta không thích, chúng ta cho là sai.

Mỗi người ai cũng có những cái nghiệp của mình. Nghiệp từ quá khứ, sinh ra và lớn lên mình tự động như vậy, cái đó gọi là căn bản nghiệp. Hay là cái nghiệp khi mình đi đến đời này – chủng tử nghiệp. Chủng tử nghiệp đó kéo tới đời này rồi bây giờ cộng thêm những nghiệp mà mình huân tập khi sống trong một môi trường hay gần ai đó – tập nghiệp. Ví dụ, hồi nhỏ mình được cha mẹ cho ăn ngọt – món kho, món xào, món gì cũng ngọt – nên khi lớn lên mình cũng ăn ngọt. Cái đó gọi là tập nghiệp. Rồi nhiều khi bạn bè xung quanh tỏa ra những cách sống và mình cũng thu hút những cái đó. Rồi có khi mình cận kề cái chết – cận tử nghiệp. Như vậy, con người chúng ta có nghiệp quá khứ, cộng thêm nghiệp hiện tại và khi cận kề cái chết, chúng ta có cận tử nghiệp. Mình hiểu như vậy để tâm của mình thả lỏng trước mọi tình huống của đời sống.

Đức Phật dạy chúng ta ai cũng có biệt nghiệp, và ai cũng có cộng nghiệp. Ví dụ như mình đây, cùng là Phật tử nên mình có cộng nghiệp. Có cộng nghiệp nên mới ngồi đây. Cộng nghiệp của mình là thích nghe pháp, thích luận bàn Phật pháp, thích điều lành, thích lẽ phải. Nhưng 500 người ngồi đây, ai cũng có biệt nghiệp của mình. Nhiều người ăn cơm rồi nên sẽ sẵn sàng ngồi đây tới chín giờ. Nhưng có những người đi làm về chạy nhanh tới đây nên nãy giờ cũng trông cho mau kết thúc lắm. Mỗi người mỗi cái bụng, mỗi cái nghiệp, đang quấy rầy mình.

Rồi có những người quen ngồi dưới đất nên thấy thoải mái, nhưng cũng có người ngồi không quen nên cảm thấy khó chịu. Biệt nghiệp là nghiệp riêng của mỗi người. Chúng ta gặp nhau trong đời này là cộng nghiệp. Cùng là người Việt là cộng nghiệp. Còn biệt nghiệp là gì? Là mỗi người mỗi phương. Cùng là người Việt và ở chung trong một xứ Úc là cộng nghiệp, còn biệt nghiệp là mỗi người mỗi tiểu bang. Sống trong cùng một tiểu bang là cộng nghiệp mà mỗi người mỗi nhà là biệt nghiệp. Rồi cộng nghiệp là làm vợ chồng của nhau, làm cha con của nhau. Ở chung một nhà nhưng mỗi người mỗi biệt nghiệp. Người nào nghiệp nấy.

TU LÀ
CHUYỂN NGHIỆP

Pháp môn nào của Phật giáo giúp mình tu có công đức? Pháp môn hay nhất là pháp môn giúp mình chuyển nghiệp. Mình nhận thức về chánh niệm để nhận ra nghiệp lực của mình và chuyển những nghiệp đó. Xưa nay mình sống bằng những nghiệp gì? Chỉ toàn nghiệp dở. Vậy thì mình chuyển những nghiệp đó. Ngoài ra, mình biết chữ nghĩa để làm gì? Để học kinh, nghe pháp, v.v... để nó trợ duyên cho phần chuyển nghiệp của mình. Còn lỡ mình không biết chữ nghĩa mà rất nhiếp tâm, mình vẫn có thể chuyển nghiệp.

Cho nên công đức không nằm ở chỗ thuộc kinh nhiều, mà ở chỗ chúng ta chuyển được các tập khí phiền não của mình. Một chú tiểu mới vô chùa và một vị tu lâu năm đều cùng một mục đích tu tập giống nhau. Gặp mấy đứa nhỏ, mình hay nói "Tu đi con ơi, đời này khổ lắm". Lúc nào mình cũng nói câu đó. Nhưng nếu mình không tự chuyển mình, nó vô sống với mình nó sẽ khổ theo mình. Lúc đó nó sẽ nói "Trời ơi, biết vậy… Hồi đó tui ở ngoài kia sướng hơn, tui vô đây làm chi để gặp cái tập nghiệp này". Một tảng đá đè, hết đường thoát. Cho nên tu là chuyển nghiệp. Con nít hay người lớn đều phải chuyển nghiệp. Nếu chuyển nghiệp không khéo, có khi chúng ta lại bị cái nghiệp nó chuyển. Vì vậy, mình tu mà không có chánh niệm thì sẽ bị những nghiệp phiền não, tập khí nó chuyển mình. Còn nếu mình tỉnh thức thì khác, ít nhất mình cũng đạt một chút kết quả gì đó trong sự tu hành chứ.

Tu là cả một quá trình. Mỗi ngày chúng ta nhận diện những cái nghiệp để chuyển. Vậy thôi chứ đâu có gì lạ đâu. Tất cả những việc chúng ta làm mỗi ngày cũng đều nhắm đến cùng một mục đích là chuyển nghiệp thôi. Cho nên, có một vị đến lạy Lục tổ[1] đầu không sát đất. Lục tổ nói: "Lạy mà đầu không sát đất chi bằng khỏi lạy". Vị đó nói: "Tôi tụng 3.000 bộ kinh Pháp Hoa, công đức tôi nhiều lắm". Lục tổ mới trả lời: "Khi mê thì bị Pháp Hoa chuyển, khi ngộ thì chuyển Pháp Hoa". Vậy là vị này bị 3.000 bộ kinh Pháp Hoa chuyển, vì đi đâu cũng khoe: "Tôi tụng kinh Pháp Hoa tới mấy ngàn bộ". Nhưng quan trọng là anh có thấm được gì của Pháp Hoa không. Không thấm được gì của Pháp Hoa hết. Tại vì nếu đọc kinh Pháp Hoa mà không nhận ra được ý chỉ của Pháp Hoa thì chỉ là đọc kinh Pháp Hoa thôi.

---

[1] Lục tổ Huệ Năng.

Chúng ta biết chữ để đọc kinh, hiểu pháp. Vậy là tốt. Nhưng mục đích cuối cùng của chúng ta là chuyển những cái nghiệp của mình. Nếu không, chúng ta sẽ trôi lăn trong nghiệp. Nghiệp của mình lúc nhỏ là nghiệp cũ, cộng thêm nghiệp mình huân tập trong đời này là nghiệp mới. Nghiệp cũ, nghiệp mới kết hợp lại thành một con người, một khối nghiệp. Nếu mình sống tiêu cực thì ai ở gần mình cũng sẽ rất khổ sở vì những nghiệp chướng mình bộc lộ ra.

Người tu cũng chuyển nghiệp như vậy. Ví dụ như việc niệm Phật: miệng mình niệm Phật là chuyển khẩu nghiệp. Tay mình lần chuỗi, thân mình ngồi tịnh[1] là chuyển thân nghiệp. Rồi mình mở quyển kinh ra đọc là chuyển ý nghiệp... Tất cả những việc mình làm đều có ý chỉ: giúp mình lắng[2] sáu căn để chuyển nghiệp của căn.

Mục đích của chúng ta là vậy, cho nên một hòa thượng tu một trăm năm cũng chỉ làm việc đó. Người ở trong đạo càng lâu thì duyên đời càng giảm, càng ít tạo nghiệp. Nhưng chúng ta cũng phải rất thận trọng, bởi vì hằng ngày chúng ta vẫn tiếp xúc với biết bao người xung quanh và cơ duyên tạo nghiệp ở những phương diện khác cũng nhiều chứ không ít. Cho nên trong mọi việc, chúng ta phải ý thức việc mình làm. Ý thức đó, đạo Phật gọi là chánh niệm.

Vậy chánh niệm là chìa khóa của sự tu tập. Có một bà cụ, vì không biết Án Ma Ni Bát Di Hồng nên bà niệm Án Ma Ni Bát Di Beo. Vậy mà bà phát quang! Đó là nhờ

---

[1] Tịnh: thanh tịnh, tĩnh lặng.
[2] Lắng: định tĩnh, để cho thanh tịnh.

thu nhiếp thân tâm[1]. Như trong bài kệ mà buổi chiều mình hay đọc đó:

"Vững thân ngồi dưới cội bồ đề,
Ba nghiệp lặn rồi hết thị phi.
Thu nhiếp thân tâm vào chánh niệm,
Rõ soi diện mục thoát bờ mê."

---

[1] Thu nhiếp thân tâm: giữ cho thân, tâm thanh tịnh hay tĩnh lặng.

AI LÀ NGƯỜI
CHUYỂN NGHIỆP

Quả báo không phải là xấu. Quả báo chỉ nói lên kết quả trở lại với mình, có thể tốt hay xấu.

Nhưng có những nghiệp mình có thể cải[1] được. Vậy mục đích của nhà Phật là gì, tu để làm gì? Tu để chuyển nghiệp. Mình đi chùa, học pháp, nghe kinh, niệm Phật, ăn chay, tụng kinh, v.v… mình làm tất cả việc thiện cũng không ngoài một mục đích: chuyển nghiệp.

Ví dụ, mình bị cái nghiệp hờn mát, buồn giận vu vơ, ích kỷ, ganh tị nhỏ nhoi. Mình cố gắng đọc kinh. Sau một thời gian, tự nhiên lời kinh thấm vô tâm mình. Dần dần, mình chuyển được nghiệp đó. Hồi xưa mình không cho ai

---
[1] Cải: sửa, chuyển, chuyển đổi, chuyển hóa.

cái gì hết, vì mình nghĩ "Dại gì cho. Mình làm cực khổ, mắc gì cho". Bây giờ mình biết rồi, mở lòng rồi. Người ta không có, mình thì có, nên mình cho... Cho một đồng cũng được, đỡ hơn hồi xưa không cho. Vậy là chuyển rồi đó. Hầu bao của mình mở từ từ rồi đó.

Quan trọng là tâm mình mở, còn nhiều hay ít không sao hết. Cho nên Pháp Hòa muốn nhắc quý vị khi đi kêu gọi từ thiện, ai cho cái gì, cho bao nhiêu cũng phải nhận. Người ta mở lòng thì mình nên hoan hỉ nhận. Người ta mở lòng rồi, mà đã mở lòng thì sẽ mở cửa, mở tủ, mở ví... Nhưng quan trọng là cái tâm từ bi của người ta. Nghe chỗ nào đó có tai nạn, người ta khởi[1] tâm từ. Trước kia người ta không như vậy. Bây giờ, nghe chỗ đó có khổ đau, họ gửi tâm từ của họ tới là đáng mừng rồi. Cho nên quan trọng là tâm, và tâm đã mở thì tất cả những cái khác từ từ cũng mở.

Và thưa đại chúng, đức Phật có dạy một bài kinh hay lắm, thuộc kinh A Hàm. Kinh này gọi là kinh Diêm Dụ. Diêm là muối. Đức Phật dạy: Như có một người có một nắm muối, nếu người đó bỏ nắm muối trong một cái ly, nó có mặn không? Quý vị nghĩ nó có mặn không? Mặn. Nếu bỏ nắm muối đó trong lu thì sao? Chắc nó không mặn, lợ lợ thôi. Nhưng nếu nắm muối đó bỏ trong hồ thì sao? Không thấm vào đâu. Đức Phật dùng nắm muối làm ẩn dụ cho nghiệp. Còn nắm muối bỏ trong ly, trong lu hay trong hồ tượng trưng cho ba mức độ giải nghiệp.

---

[1] Khởi: nảy sinh.

Hạng người thứ nhất, người "nắm muối trong ly" là người buông xuôi, không biết chuyển nghiệp. Ví dụ, tánh mình hung dữ, mình để nguyên như vậy. Tánh mình nóng nảy, mình để nguyên như vậy. Mình buông xuôi thì nghiệp còn nguyên, cũng giống như nắm muối bỏ vào trong ly. Cho dù nó có thể tan đi chăng nữa, dù không còn tướng[1] muối nhưng vẫn còn tướng nước mặn, khó uống lắm. Người buông xuôi, thậm chí nói ngang: "Tôi là vậy đó, ai không chịu thì thôi", là người không biết chuyển nghiệp, như nắm muối trong ly.

Hạng người thứ hai, "nắm muối trong lu", là người biết chuyển chút chút. Ví dụ, hồi xưa người đó hút mỗi ngày mười điếu thuốc, giờ còn hai điếu – tuy chưa bỏ hẳn nhưng vậy là đáng mừng rồi. Hồi xưa nhậu một tuần bảy bữa, bây giờ còn hai bữa – khá hơn rồi. Tức là họ chuyển nghiệp từ từ. "Hồi xưa hễ ai nói động tới tôi là tôi la, tôi mắng lại liền. Bây giờ nếu thấy chuyện gì không đáng, tôi bỏ qua." Người đó biết chuyển nghiệp. Chuyển như vậy là như nắm muối bỏ trong lu.

Hạng người thứ ba là người có tu tập, tụng kinh, có tư duy, quán chiếu về vô thường, biết nghĩ xa gần về tính thiện, về quả tốt-xấu, có trì giới, ăn chay, có tụng kinh, niệm Phật – những người này chắc chắn là như "nắm muối bỏ trong hồ". Nghiệp này không ăn thua[2] gì với họ hết. Bây giờ mình học Phật khá rồi, chuyện gì đến với mình, mình

---

[1] Tướng: thể dạng, hình thái.
[2] Không ăn thua: không thấm vào đâu, không ảnh hưởng gì. Ý nói giống như nắm muối bỏ trong hồ, không ảnh hưởng gì.

đều biết rõ, mình biết không có gì qua nhân quả hết. Cho nên, nhân quả không phải do Phật chế ra, mà Phật là người giác ngộ ra đạo lý này. Anh gieo nhân gì sẽ hưởng quả nấy: trồng đậu được đậu, trồng dưa được dưa.

PHẢN TỈNH

Trong lời mở đầu của kinh "Giáo giới La Hầu La ở rừng Ambala", đức Phật đã hỏi La Hầu La: "Này La Hầu La, người nghĩ thế nào? Mục đích của cái gương là gì?". La Hầu La trả lời: "Bạch Thế Tôn, gương là để phản tỉnh[1]". Đức Phật dạy: "Này La Hầu La, sau khi phản tỉnh nhiều lần hãy hành thân nghiệp, sau khi phản tỉnh nhiều lần hãy hành khẩu nghiệp, sau khi phản tỉnh nhiều lần hãy hành ý nghiệp".

Gương là để soi mặt. Có soi mặt, mình mới biết diện mạo của mình thế nào: có đang lem, đang sạch, đang đẹp không. Cũng như thế, một người sống trong đời phải có phản tỉnh, nếu không thì không bao giờ biết mình đang sống thế nào.

---

[1] Phản tỉnh: tự soi rọi, soi chiếu mình.

Thiếu phản tỉnh thì hành động không sáng suốt. Phật dạy phải phản tỉnh trước khi làm và phản tỉnh trong khi làm. Ví dụ, mình ngồi chơi, nói chuyện với mấy người bạn. Mình thao thao nói về một người nào đó. Bà vợ mình thấy mình bắt đầu đi quá giới hạn, đá chân mình một cái để mình dừng lại, không nói nữa. Thỉnh thoảng chắc quý vị cũng gặp trường hợp này. Có khi một người nào đó nói, mình ngăn không kịp nên mình giả bộ đánh họ một cái hoặc chuyển câu chuyện sang hướng khác để "tắt nguồn". Bởi vì mình biết nếu để câu chuyện diễn tiến thì sẽ có vấn đề xảy ra.

Khi nghe mọi người nói chuyện mà thấy tình hình có vẻ căng thẳng, Pháp Hòa thường giả bộ khơi mào để mọi người nói sang chuyện khác. Vì người nói đang cao hứng, thiếu phản tỉnh. Là người ở ngoài ngồi nghe, mình có cơ hội phản tỉnh. Có những câu chuyện không nên để cho tiếp tục, hoặc không nên nói trước mặt một người nào đó. Ví dụ, một người bị bệnh nặng, bác sĩ nói khó qua khỏi và người nhà quyết định không cho người đó biết. Khi tới thăm, mình hỏi: "Bữa nay bác sao rồi?". Và gia đình nói thật: "Bác sĩ nói mẹ em còn mấy ngày nữa thôi. Chị vô thăm đi". Mình vô mình nói: "Bác, trời ơi con đâu có ngờ bốn, năm ngày nữa bác chết!". Người bệnh nghe vậy chưng hửng, hỏi tới, hỏi tới. Trong tình huống đó, Pháp Hòa sẽ chạy tới nói: "Mô Phật, không có, nói bà kia kìa". Tức là mình lái đi.

Trong cuộc sống của mình, mình cần phản tỉnh trước khi làm việc gì, nhưng nếu mình quên phản tỉnh trước thì trong khi làm việc đó, mình phải phản tỉnh. Phản tỉnh trong khi nói, trong khi nghĩ, trong khi làm. Có khi mình đã quyết định ngày mai sẽ làm việc đó nhưng tối nay mình suy nghĩ lại. Có hai vợ chồng quyết định ngày mai đi ra văn phòng luật sư ký giấy ly hôn. Bà má vợ nài nỉ: "Tối nay má chỉ xin tụi con cho má một món quà thôi, là hai con ngồi lại nghe bài giảng này của thầy. Ngày mai tụi con quyết định sao thì tùy tụi con". Hai vợ chồng nghĩ: "Thôi cũng được, đằng nào mình cũng không còn cơ hội, bây giờ thử nghe má". Nghe xong bài giảng, sáng hôm sau họ quyết định hấp[1] trở lại. Được như vậy thì hạnh phúc vô cùng.

Thưa đại chúng, không chỉ trước khi làm hay nói gì mình phải phản tỉnh, mà trong khi đang làm, đang nói, mình cũng phải phản tỉnh. Thậm chí dù đã làm nửa chừng rồi, dừng lại vẫn tốt hơn là tiếp tục. Giống như khi trồng cái cây xuống rồi mới phát hiện đất ở chỗ đó không tốt, mình vẫn có thể đem cây đó ra trồng ở chỗ khác. Chứ đừng: "Ơ, tui lỡ rồi, làm luôn". Ví dụ, một việc nhỏ như chuyện ăn chay. Sáng mùng một hay sáng ngày rằm mình quên ăn chay. Thấy mấy đứa nhỏ chiên đồ ăn sáng ngon quá, mình bốc một miếng bỏ vô miệng. Ăn xong, mình đi tới đi lui nhìn quyển lịch: "Chà, bữa nay rằm mà má không biết". Nếu trước khi ăn quên phản tỉnh nhưng trong khi đang ăn mình phản tỉnh thì mình dừng lại ngay chỗ đó. Chứ đừng: "Thôi, lỡ rồi, đưa đây má ăn luôn, mai má ăn chay bù".

---
[1] Hấp: nói vui, có nghĩa là hấp hôn, ý nói bắt đầu lại cuộc hôn nhân.

Quý vị có hiểu được ý của Pháp Hòa trong ví dụ này không? Mình có hay bị chỗ này không?

Nếu cảm thấy mình đang đi sai đường, chúng ta không nên đi tiếp nữa. Hoặc chỉ thử đi thêm một đoạn nữa thôi. Và một khi đã xác định mình đi sai đường, chúng ta phải sớm quay lại.

Phải phản tỉnh. Phản tỉnh giống như có cái gương để soi lại mình. Gương là dụng cụ để soi mặt, nhưng ở đây gương không phải để soi mặt. Tác dụng của phản tỉnh là để chỉnh[1]. Và khi thân tâm mình được chỉnh thì hoàn cảnh sẽ được chỉnh theo.

Thưa đại chúng, con người chúng ta sống vui vẻ hay không tùy thuộc ở điều gì? Quý vị bước vào một nơi và cảm nhận bầu không khí. "Thôi, tôi đi về, không khí ở đây không vui", hay "Không khí ở đây quá vui, thích thật".

Như vậy, không khí là hoàn cảnh. Mà hoàn cảnh là do đâu? Do mỗi người chúng ta. Chúng ta đến một nơi và cách sống của mỗi người tạo nên hoàn cảnh. Như vậy mục đích của đạo Phật là để chỉ dẫn chúng ta buông bỏ và chỉnh thân, khẩu, ý của mình. Đừng lầm tưởng đạo Phật là thờ, lạy, cúng, kính, van xin. Có những cái đó, nhưng chỉ là bề ngoài, là hình thức để dẫn dắt một người khi mới bắt đầu đường tu. Hay nói cách khác, tôn giáo phải có nghi lễ và giáo lý. Mục đích của giáo lý nhà Phật là dạy chúng ta hành động để đưa đến kết quả. Nói cho đầy đủ, đó là bốn chữ: *giáo, lý, hạnh, quả*, còn nói gọn để quý vị dễ nhớ là

---

[1] Chỉnh: chỉnh sửa.

giáo lý – giáo là thuyết giảng, lý là lẽ thật. Giáo lý là dạy lẽ thật. Và nếu chúng ta có hành động (hạnh) thì nhất định sẽ có kết quả, chứ không có nói suông. Đạo Phật không bao giờ nói: "Quý vị không cần làm gì hết. Cứ niệm 'Nam mô A Di Đà Phật' thì khỏi làm cũng có ăn". Không bao giờ có chuyện đó. Phật ngồi đó, dĩa xôi, dĩa bánh cúng Phật là do mình đưa lên đó thôi. Mình niệm "Nam mô A Di Đà Phật", mình hiểu nghĩa của sáu chữ "Nam mô A Di Đà Phật", và mình ứng dụng "Nam mô A Di Đà Phật" trong cuộc sống. Hiểu được như vậy, chúng ta đã hiểu đúng đạo Phật. Đạo Phật là nước lọc – mình uống nước trà, cà phê, nước ngọt, tất cả các loại nước, nhưng không thứ nước nào qua được nước lọc. Và từ nước lọc có thể pha chế ra tất cả các loại nước khác. Nhưng rốt cuộc, chúng ta vẫn cần nước lọc nhiều hơn mọi loại nước khác. Chúng ta hiểu đạo Phật một cách trong sáng vì chúng ta là Phật tử trong sáng, sống một cuộc đời trong sáng qua ba nghiệp thân, khẩu, ý của mình. Bởi vì chúng ta phản tỉnh trước khi làm, phản tỉnh trong khi làm, và phản tỉnh sau khi làm bất cứ việc gì. Ví dụ, do vô minh, chúng ta làm điều gì đó không tốt, tạo ra kết quả không tốt. Sau khi phản tỉnh, chúng ta không lặp lại việc đó nữa.

"Tội từ tâm khởi, đem tâm sám,

Tâm được tịnh rồi, tội liền tiêu,

Tội tiêu, tâm tịnh, thảy đều không."

Chừng nào mình còn nhớ tới nó, tâm mình còn vướng vấp nó hoài, mình cứ tạo nghiệp đó mãi. Cho nên tâm chưa tịnh thì tội còn, một khi buông được hết cái rụp thì yên thân.

"Tội tiêu, tâm tịnh" có nghĩa là khi mình còn vướng một người nào đó thì họ còn làm khổ mình. Hễ gặp người đó là mình nổi cơn lên. Mặc dù miệng mình nói bỏ nhưng đầu mình chưa buông. Tội chưa tiêu thì tâm chưa tịnh. Ví dụ, mình đi tìm mua bình hoa. Người bán nói giá 200 đô-la. Mình nói mắc quá rồi bỏ đi, và cái bình hoa không còn vướng mắc trong đầu mình. Nhưng nếu không hỏi giá, mình không biết giá của nó và sẽ luyến tiếc: "Trời ơi tiếc quá, mình không hỏi bình hoa đó giá bao nhiêu". Bình hoa đó nặng hay lòng mình nặng? Nếu biết bình hoa đó quá đắt tiền, mình không mua nổi, thì mình sẽ buông nó. Vậy là hoa tiêu, tâm tịnh![1]

Cho nên, tội tiêu tâm tịnh không có nghĩa là khi tâm mình tịnh rồi thì mình sạch tội. Không phải vậy, mà nó có nghĩa là mình dứt khỏi đầu mình những tội mà mình còn vướng mang. Những việc mình đã làm trong quá khứ, mình vẫn trả, vẫn đền, nhưng từ đó về sau mình không còn khổ nữa. Từ đó về sau, cái đầu mình sạch.

Ví dụ, con mình nói nặng mình, mình buồn nó hoài về chuyện đó. Sau đó, nó tới xin lỗi mình và mình chấp nhận lời xin lỗi. Khi mình hết buồn, hết giận, nỗi buồn, giận đó rời khỏi tâm mình, lòng mình nhẹ ra liền. "Tội tiêu, tâm tịnh, thảy đều không." Tại vì khi còn giữ điều gì trong lòng, mình xem cái đó là mình, nên hễ ai nhắc tới là

---

[1] Thầy chơi chữ, thay vì "tội tiêu, tâm tịnh".

mình giận. Cho nên nhiều khi mình nói: "Nhắc tới chuyện đó tôi vẫn còn giận, tôi vẫn còn buồn, mặc dù..." (và mình bắt đầu đính chính). Nếu còn thì nặng, mà buông rồi thì khỏe. Cũng như việc gì mình muốn làm mà mình chưa làm, chưa biết rõ được nó, mình sẽ cứ vướng nó hoài. Biết rõ rồi thì mình buông.

Cho nên đại chúng nhớ: phản tỉnh trước khi làm, phản tỉnh trong khi làm, phản tỉnh sau khi làm. Phản tỉnh trước khi nói, phản tỉnh trong khi nói, phản tỉnh sau khi nói. Phản tỉnh trước khi nghĩ, phản tỉnh trong khi đang nghĩ và sau khi đã suy nghĩ.

TỘI HAY PHƯỚC

Nếu mình thấy một người nào đó đang khổ, bất kể người đó theo đức tin nào, mình thường hay nói: "Tội nghiệp!". Mình nói "tội nghiệp", mặc dù có thể mình không tin vào nghiệp, không tin vào lý nhân quả. Như vậy, thật ra mọi người đều tin vào nghiệp. Có tin thì mới nói.

Nhưng thưa đại chúng, không chỉ ai khổ mới có nghiệp. Có những người không khổ mà có phước, và phước cũng là nghiệp. Nhưng đó là "phước nghiệp" chứ không phải "tội nghiệp". Trước hết, nghiệp là gì? Là những việc mình làm lâu ngày thành thói quen. Cho nên nếu mỗi ngày mình suy nghĩ những điều tiêu cực, nói những điều tiêu cực, có những hành động tiêu cực thì nó thành nghiệp. Nghiệp là thói quen. Thói quen là do mình tạo chứ không ai mang đến cho mình. Có những người thường hay suy nghĩ, nghi ngờ... Thói quen suy nghĩ tiêu cực như vậy sẽ tạo thành nghiệp của suy nghĩ.

Có những người ngồi không yên, nhà Phật gọi là trạo cử. Trạo cử là lăng xăng. Dù không có chuyện gì để làm, họ cũng xoay qua mở cái túi, cúi xuống mở cái bịch. Lúc nào họ cũng phải lăng xăng, chứ ngồi yên thì không chịu được. Đó cũng là nghiệp, nhưng là nghiệp của thân. Có nhiều người không "nín" nổi mà phải nói. Nói ngày nói đêm. Khi nghe pháp thoại cũng nói. Lâu ngày nó trở thành một thói quen. Cái đó gọi là nghiệp.

Những việc chúng ta làm có tính chất tổn hại thì gọi là ác nghiệp. Những gì chúng ta làm, chúng ta nói mà làm tổn giảm phước của mình và gây tổn hại cho người khác thì gọi là ác. Còn những việc làm tăng trưởng phước lành cho mình và làm người khác dễ chịu thì gọi là thiện. Không phải khi mình hại người mới gọi là ác. Nếu lời mình nói khiến cho người khác khó chịu, đau đớn, tổn thương, khiến người ta đau khổ thì mình cũng bị tổn[1] một phần. Cho nên chữ "ác" có hai phần tổn, tổn mình và tổn người. Mình tổn phước, người khác tổn hạnh phúc. Người ta đang vui, chỉ vì lời nói của mình mà người ta mất vui. Như vậy, tất cả những gì chúng ta hưởng ở hiện tại đều là tội. Nhưng tội này không phải ai ban cho mình, mà là nghiệp do những việc chúng ta làm. Và nghiệp đó trong trường hợp này là tội nghiệp.

---

[1] Tổn: giảm bớt, hao tổn.

Tội nghiệp là gì? Là những cái khổ do chúng ta tạo, bây giờ thành cái quả mà chúng ta đang nhận, mà người khác gọi là tội nghiệp. Vậy có ai trong tất cả chúng ta, những người đang ngồi đây, từng bị người khác nói là tội nghiệp chưa? Có.

Có những lúc Pháp Hòa đi giảng, một ngày ba thời, một thời hai tiếng, tức là một ngày giảng sáu tiếng (chưa tính giờ đứng chụp hình!). Các Phật tử thấy vậy nói "Tội nghiệp!". Thưa đại chúng, vì không biết nên nói là tội nghiệp chứ đúng ra đó là phước nghiệp. Nếu nói tội nghiệp thì phải có cái đối lại là phước nghiệp. Ví dụ, một người biết đi chùa nên gia đình êm thắm, người trong nhà không nóng nảy, cự nự với nhau hằng ngày nữa. Thấy người ta hạnh phúc như vậy, mình nói đó là phước nghiệp. Nhưng đa số chúng ta không ai thấy phước nghiệp. Chúng ta chỉ thấy ai cũng tội nghiệp. Không sao, nhưng nhiều người nói: "Nghiệp của người ta, mắc gì tội?", hoặc: "Mình nói tội nghiệp thì cái nghiệp của người ta nó quay trở lại mình đó". Dạ thưa không. Khi chúng ta nói tội nghiệp, chúng ta muốn xác định cái này là cái gì và thậm chí tự mình nói mình cũng được nữa.

Nghiệp có ba chỗ: thân, miệng và ý. Quý vị để ý coi, Pháp Hòa hướng dẫn đại chúng ngồi yên, đưa tâm ý trở về hơi thở của mình. Tại sao? Tại vì tâm ý của mình thường nghĩ ngợi lung tung. Lo hết chuyện này tới chuyện khác. Bây giờ, mỗi ngày mình bỏ ra mười phút, ngưng hết tất cả mọi sự lo lắng và trở về với hơi thở của mình. Để làm chi?

Để tịnh cái nghiệp suy nghĩ và cái "ý" của mình. Ý tịnh thì sẽ dẫn tới lời nói lành, hành động lành. Cho nên kinh Phật dạy:

"Đừng làm các việc ác

Nên làm các việc lành

Giữ tâm ý trong sạch."

Hễ mình ngưng làm việc ác, mình làm việc lành, là mình tạo nghiệp thiện. Tất cả những cái nghiệp chúng ta tạo trong đời sống hằng ngày chính là thói quen. Ví dụ, mình ăn chay quen rồi, bây giờ mình ngửi mùi thức ăn mặn, mình không chịu nổi. Không phải là mình giả bộ, mà thật sự mình không chịu nổi mùi tanh vì đã quen với mùi chay lạt thanh đạm – cái đó gọi là phước nghiệp. Trong cuộc sống này, ai cũng có cả phước và tội. Hễ việc gì chúng ta làm mà làm tăng trưởng tính thiện lành là phước, còn việc gì chúng ta làm mà làm tổn giảm là tội. Thường thường, một lời chúng ta nói ra thì nó đã làm tổn giảm ngay trong tâm mình rồi, vì mọi sự đều xuất phát từ tâm. Vì vậy, hồi xưa các cụ nói: "Hàm huyết phún nhơn, tiên ô tự khẩu", nghĩa là "Ngậm máu phun người, dơ miệng mình trước". Ý nghĩa thật sự của câu đó là: khi chúng ta nói điều gì đó thành lời, người nghe chỉ là người thứ hai thôi. Người đầu tiên nhiễm ô câu đó là mình. Và lâu ngày nó thành nghiệp. Người khác gọi đó là nghiệp của tội. Cho nên mỗi người chúng ta sống ở đời đều đang tạo nghiệp hằng ngày. Tu tập là để chúng ta có chánh niệm, để chuyển nghiệp ác thành nghiệp thiện. Nếu cái thiện đã có thì chúng ta cố gắng tạo thêm để nghiệp thiện này đậm lên, tăng trưởng lên.

Ví dụ mình kiếm được tiền, mình gây vốn làm ăn thì cơ sở của mình ngày càng phát đạt – đó là tăng trưởng. Cũng như thế, nếu chúng ta có một sự nghiệp căn bản là phước nghiệp và cố gắng tăng trưởng nó thì chúng ta có phước nghiệp tăng trưởng. Nhưng ngược lại, nếu không khéo, chúng ta cũng có thể làm tăng trưởng cái tội nghiệp.

BA LOẠI QUẢ BÁO

Khi nói về nhân quả, giữa nhân và quả còn có duyên. *Duyên* là những cái trợ giúp, phụ vào để cho quả có mặt. Tuy nhiên, có những nhân chúng ta tạo không ra quả liền, và có những nhân chúng ta tạo ra quả ngay tức khắc. Vì vậy, đạo Phật có ba khái niệm: hiện báo, sinh báo và hậu báo.

Sớm ra kết quả hay ra kết quả tức khắc là *hiện báo*. Ví dụ, bây giờ mình trồng dưa leo thì bao lâu có trái ăn? Chỉ trong vòng vài tháng hè thôi. Mình trồng vạn thọ bây giờ thì chừng một, hai tháng sau là có bông. Mình táng người ta một bạt tai, người ta táng lại mình một bạt tai. Đó là hiện báo. "Hiện" tức là hiện tại.

Như vậy, những nhân sớm có quả là hiện báo. Còn *sinh báo* là gì? Là những nhân mà quả có mặt trong cùng một đời này. Có những nhân chúng ta tạo bây giờ nhưng không cho ra kết quả ngay tức khắc, cũng như có những loại cây không ra trái liền. Có cây một năm sau mới có trái, cũng có cây mười năm sau mới có trái, chẳng hạn như cây bưởi, cây sầu riêng.

Còn *hậu báo* là nhiều đời sau hay nhiều kiếp sau mới có quả.

Vì nhân quả có ba loại như thế, cho nên nhiều khi mình thấy một nhân gì đó không ra quả ngay trong đời này, mình liền không tin. "Tôi không tin 'ở hiền gặp lành', vì tôi làm việc thiện mà gặp toàn việc xấu." Việc thiện mình làm chưa tạo ra quả do cái nhân, cái duyên chưa đủ. Cho nên mọi thứ đều phải đợi chín muồi.

Ngay cả khi trái có mặt trên cây rồi nhưng chưa chín thì cũng không thể hái ăn liền được. Nếu mình nôn nóng, hái nó xuống, đem vô giấu trong lu gạo hoặc dú khí đá[1] thì cũng được, nhưng trái cây này ăn sẽ không ngon. Làm sao nó mới ngon? Trái chín cây, tức là trái chín từ trên cây hái xuống mới ngon. Mình ép nó chín cũng được, nhưng nó sẽ không ngon vì không chín tự nhiên.

Cho nên đức Phật dạy: nhân quả có ba đời, tức là ba cách có mặt – hiện báo, sinh báo, hậu báo.

---

[1] Dú khí đá: làm chín trái cây bằng cách ủ trong khí đá hay còn gọi là đất đèn, một hợp chất hóa học vô cơ.

BỒ TÁT SỢ NHÂN, CHÚNG SANH SỢ QUẢ

Ttrong chùa thường có câu: "Bồ Tát sợ nhân, chúng sanh sợ quả". Phàm phu thì lúc tạo nhân không ngán, chỉ sợ cái quả nó tới. Còn bậc trí, bậc Bồ Tát thì rất sợ tạo nhân nhưng khi quả tới thì các ngài không lo. Vì sao? Vì nó đã tới thì phải chịu. Người Hoa có câu thế này: "Đã là phước thì không phải là họa, mà đã là họa thì không thể tránh". Đã là họa thì làm sao tránh! Cho nên cuối cùng phải có mặt để mà đối diện với nó.

Có một vị đến gặp một thiền sư và hỏi: "Người tu hành có rơi vào nhân quả không?". Người tu hành có tránh được nhân quả không? Không. Người tu vẫn bị nhân quả như thường. Nhưng mà người tu khác với người không tu, hay người trí khác với người mê, ở chỗ người tu không bị lầm nhân quả. Đời này mình gặp cái quả này, mình không trách ai hết vì biết đây là cái nhân mình tạo. Pháp Hòa ví dụ, ai đó hỏi mình: "Có phải con người thì phải già, phải bệnh không?". Nếu hiểu chuyện, mình sẽ trả lời: "Đã là con người thì không ai tránh, thoát được lão, bệnh". Còn nếu không biết gì, mình sẽ trả lời: "Tùy người. Giàu thì không có bệnh". Mình nói vậy là nói cho vui chứ đâu có đúng. Bác sĩ cũng chết như thường. Pháp Hòa có quen một bác sĩ chữa bệnh tim, trong khi mổ tim cho người khác mà đứng tim chết. Bác sĩ mổ tim mà lại chết vì bệnh tim, và chết trong khi đang giúp người. Cho nên người nào cũng bị nhân quả. Nhưng người trí thì không bị nhân quả làm khổ. Mình thường nghĩ: có lẽ tại ông trời, ông trời cho mình cái này, cho mình cái kia. Nhưng theo đạo Phật thì không phải vậy. Tất cả là do mình.

"Xin đừng trách lẫn trời già,
Trời không hiện hữu, chánh tà do tâm.
Một khi thiện ác gieo nhân,
Quả kia phải trả, chậm, nhanh mấy hồi.

Người đời nghĩ đó mà coi,
Giờ không toan liệu, sau rồi làm sao?
Xin đừng nại chút công lao
Nhắm chừng bờ giác tìm vào tận nơi.

Tâm mình vốn đã sẵn rồi,
Ở trong mình có, há ngoài đâu xa.
Trừ nghiệp chướng, giải oan gia
Tham thiền, niệm Phật, ấy là công phu.

Tháng ngày thấm thoát phù du
Bóng qua cửa sổ, dễ hầu trở lui
Thiện căn trước đã đền bồi
Đèn khêu mới sáng, ngọc dồi mới xinh.

Tránh vòng sáu dục, bảy tình
Ấy là khỏi lưới vô minh vướng nhầm.
Rõ ràng phước tội tại tâm,
Mình làm mình chịu, chẳng lầm chẳng sai."

BỐN LOẠI DUYÊN

Nhân duyên trong Phật pháp là gì? *Nhân duyên* là điều kiện chính yếu. Ví dụ, hạt thóc là một nhân duyên. Nhưng nếu một hạt thóc được gieo xuống mà không có những điều kiện phụ trợ, hạt thóc đó không thể có mặt được. Những điều kiện phụ trợ đó được gọi là tăng thượng duyên. Tăng thượng duyên của hạt thóc là gì? Là nước, nắng, không khí, đất, v.v... Như vậy, hạt thóc là nhân duyên, còn những duyên trợ giúp cho hạt thóc nảy mầm, lên cây là tăng thượng duyên.

Bây giờ quý vị phát tâm đi xuất gia gieo duyên rồi mua vé máy bay, bay qua tới đây. Như vậy là chỉ mới có nhân duyên thôi. Khi quý vị đến đây thì... "Trời ơi! Không ai ngó ngàng gì tới mình hết. Không ai giúp đỡ mình tu hành gì hết". Như vậy là mình không có *tăng thượng duyên*, phải không? Mới sáng nay có một chị cho biết trong Phật tử có một vị bị dị ứng với tiêu. Chị đó nói với Pháp Hòa: "Thôi thì bây giờ, mỗi ngày con sẽ để riêng một phần ăn không có tiêu cho cổ. Mỗi bữa tới giờ ăn, cổ cứ tới chỗ đó lấy phần của mình". Cô đó phát tâm đi tu là nhân duyên, đến đây được người này, người kia trợ giúp là tăng thượng duyên.

Ở đây có một chị Phật tử, chưa bao giờ chính thức ghi danh để dự khóa tu, nhưng khóa tu mười ngày thì ngày nào chị cũng có mặt, từ sáng tới tối. Những dĩa trái cây ở trên bàn mà ngày nào quý vị cũng có để ăn là nhờ chị đó. Còn một vị khác mới nói với Pháp Hòa: "Con phát nguyện cúng dường yaourt cho đại chúng ăn mỗi ngày để có sức khỏe". Những cái đó là tăng thượng duyên hết. Rồi có vị phát tâm nấu hai ngày, ba ngày, có vị phát tâm nấu bữa sáng, v.v...

Quý vị nhìn kỹ đi, mình đến đây là một nhân duyên thôi, nếu không nhờ những duyên khác hỗ trợ cho mình, làm sao mình có đủ niềm vui để tu được?

Ví dụ, bây giờ Pháp Hòa khởi tâm tu mà nếu tới đây không ai thân thiện, không ai giúp đỡ, ngó ngàng gì tới mình hết, tu gì thì tu, tuổi gì thì tuổi chứ rốt cuộc cũng "tủi thân" đó. Còn nếu mình tới mà huynh đệ gặp nhau chào hỏi, nâng đỡ cho nhau, tự nhiên mình có năng lượng. Có khi ban đầu mình dự định đi một khóa tu này thôi nhưng vô đây thấy vui quá, năm tới đi nữa. Vậy là tăng thượng duyên có kết quả. Nếu mình khởi tâm bồ đề, muốn tu, tâm đó mới là nhân duyên thôi, phải nhờ thêm những duyên khác. Mình tạo nhân nhưng mình cần có những người khác hỗ trợ để đi trọn vẹn con đường của mình.

Có bốn loại duyên, vậy duyên thứ ba là gì? Là *đẳng vô gián duyên*. Vô gián có nghĩa là không gián đoạn, liên tục. Pháp Hòa ví dụ, quý vị muốn nấu nước sôi để pha trà hay cà phê. Muốn nước sôi phải làm gì? Phải để lửa liên tục cho đến khi nước đủ nóng và sôi. Ngọn lửa liên tục đó chính là đẳng vô gián. Vô gián là không dừng, không nghỉ.

Ví dụ, mình tổ chức khóa tu mùa hè, xong mình tổ chức khóa tu mùa thu, kế đến là khóa tu mùa đông, rồi khóa tu mùa xuân. Ngoài bốn khóa tu chính, mỗi tháng còn có một ngày tu nữa. Tại sao Pháp Hòa phải làm vậy? Đâu phải vì Pháp Hòa ham cực, nhưng vì Pháp Hòa muốn ngọn lửa tinh tấn của đại chúng được liên tục.

Trong cuộc sống, nếu nhìn kỹ đại chúng sẽ thấy mình có cả nhân duyên, tăng thượng duyên và đẳng vô gián duyên. Còn một duyên nữa, gọi là *sở duyên duyên*. Sở duyên là gì? Là đối tượng của duyên. Mình là nhân duyên, là gốc, nhưng nếu không có những sở duyên, tức là đối tượng, thì làm sao mình khởi duyên?

Bây giờ Pháp Hòa ví dụ, mình có con mắt, vậy sở duyên của mắt là gì? Là sắc tướng[1]. Sở duyên của tai là gì? Là âm thanh. Sở duyên của mũi là gì? Là mùi. Sở duyên của lưỡi? Là vị. Còn cái gì là sở duyên của thân? Là vật chất, những thứ mình xúc chạm. Vậy thì mình là duyên và những đối tượng mình nhận biết là sở duyên. Cho nên

---

[1] Sắc tướng: hình thái bên ngoài của sự vật.

mình có con mắt, nhưng mình phải có chánh niệm để tìm các sở duyên của mắt.

Mấy ngày nay mình ở suốt mười ngày trong chùa, sáu căn của mình – mắt, tai, mũi, lưỡi, thân, ý – đều thanh tịnh. Ăn thì dù ăn cái gì, ăn ngon cỡ nào đi nữa cũng chay lạt. Hình tướng[1] thì có nhìn bao nhiêu cũng không có gì ngoài mấy cái đầu trọc, áo tràng, tượng Phật. Duyên này được sở duyên kia nuôi. Cho nên những người ở cùng phòng cũng là sở duyên của nhau. "Anh kia tinh tấn lắm, đúng giờ ảnh dậy, đi mặc áo tràng, tụng kinh. Ảnh là sở duyên của tôi đó. Tôi muốn nằm thêm chút mà thấy ảnh tinh tấn nên cũng ngồi dậy." Người đó chính là sở duyên của mình. Nếu mình có chánh niệm, mình cũng là sở duyên của người khác. Mọi người là sở duyên của nhau. Mình cũng là tăng thượng duyên cho nhau, phải không? Và cũng là đẳng vô giác duyên cho nhau – liên tục giúp đỡ nhau.

Cho nên thưa đại chúng, ở đây Pháp Hòa muốn nói: mình chỉ mới nói lên một chữ "tu gieo duyên" thôi mà mình đã có đủ tất cả các duyên khác hỗ trợ cho mình rồi, phải không?

---

[1] Hình tướng: ở đây ý nói những thứ ở bên ngoài, nhìn thấy được bằng giác quan.

TẤM LÒNG
RỘNG LỚN

TRÍ TUỆ BÌNH ĐẲNG

Hôm qua có người hỏi Pháp Hòa làm sao để rải tâm từ. Mỗi buổi chiều mình cúng cô hồn là một hình thức rải tâm từ, rải tâm từ đến các loài mình không thấy. Chúng ta hay gọi họ là vô hình... Vô hình với ai? Với mình. Vì sao mình gọi họ là vô hình? Tại vì mình không thấy. Mình không thấy nên nói họ *vô hình* chứ họ *có*. Mắt của mình có giới hạn, nó thấy nhưng mà thấy chừng mực, không thể thấu suốt. Ví dụ mình bước vô chỗ nào đó mà con nít khóc ré lên. Tại sao con nít khóc mà mình thì thấy bình thường? Vì nó cảm được. Tại sao con nít thấy được? Vì mắt con nít chưa nhiễm ô. Nhưng chừng năm, sáu tuổi là mình hơi nhiễm ô rồi, mình biết phân biệt rồi. Còn con nít, con mắt nó tinh khiết. Hoặc ví dụ có những chỗ vào ban đêm chó sủa. Tại sao chó sủa? Tại vì có thể nó thấy. Cho nên vô hình là vô hình với mình thôi. Ví dụ bây giờ quý vị nhìn thấy cái nhà này sạch quá, không có bụi. Nhưng mà thật ra có bụi không? Chỉ cần ánh nắng rọi vào thì mình sẽ thấy bụi lăn tăn. Như vậy trong cái *không* này, mình nói *không* mà sự thật là *có* không? Vậy thì Bát Nhã Tâm Kinh nói chẳng sai: "Không tức thị sắc, sắc tức thị không". Trong *không* có sắc, trong sắc này có *không*. Vì mình gọi là hoa chứ nó vốn là hạt, nước và đất rồi mọc lên như vậy thôi. Cái này *có* ở đây nhưng là tạm *có* chứ không thật *có*, vì nó không thật có nên gọi nó là *không*, mà *không* này là "không thật có", "not real" chứ không phải là "nothing". Hoa này có nhưng không thật có vì nó sẽ héo, sẽ hư. Con người mình có nhưng không thật có mà chỉ là đất, nước, gió, lửa hợp thành. Rồi mỗi ngày phải mượn, nói cho cùng thì thân này là thân vay mượn. Hồi nãy mình mượn mấy chén cơm, mấy chén canh? Rồi từ lúc ăn tới giờ trả miếng nào chưa? Mượn, trả mỗi ngày. Khát nước thì mượn một ly nước, rồi lát sau trả. Rồi ví dụ một ly nước đầy, uống vô hai ngụm thì nó vơi, gọi là giảm. Giảm ở đây mà nó tăng ở đâu? Tăng trong bụng. Một lát nữa nó giảm trong bụng thì nó tăng ở ngoài cống. "Bất tăng bất giảm". Xúc một miếng đất ở chỗ này đắp qua chỗ kia – giảm chỗ này mà tăng chỗ khác. "Bất tăng bất giảm." Con người mình bình thường thấy có tăng có giảm. Nhưng với người có trí tuệ thì không tăng, không giảm mà cũng chẳng sạch, chẳng dơ. Đây, cái ly này, nếu chưa ai uống thì mình cho là sạch. Nhưng khi một người nào đó cầm lên uống, nó đâu có dơ gì mà mình gọi nó là ly dơ. Rồi mình đem đi rửa, rửa xong lại kêu là sạch. Nước mà mình giội ra hệ thống cống rãnh của thành phố, họ đưa về một nguồn, rồi sau khi lọc bao nhiêu lần, họ cho nước đó đi vô lại hệ thống nước cho mình uống. Bây giờ thì mình gọi nước đó là sạch. Nhưng nếu mình lấy một cái kính hiển vi mà rọi vô nữa thì nước này vẫn có vi trùng. "Bất tăng, bất giảm, bất cấu, bất tịnh."

Ví dụ cái thân của mình đây thôi. Thân này của mình là mượn – đất, nước, gió, lửa. Mỗi ngày. Hít vô là mượn, thở ra là trả. Hít vô là mượn, thở ra là trả. Cho nên có câu hỏi "Thế nào là mạng sống?". Trả lời: "Sự vay mượn liên tục". Bây giờ quý vị nghĩ xem có phải mình là vay mượn không. Liên tục từ sáng tới tối. Sáng mượn chén cháo rồi trả, trả xong lại đói, tới trưa mượn chén cơm, rồi lại trả... Chưa kể mượn lặt vặt! Đó là chuyện ăn, còn hơi thở của mình là liên tục vay trả. Hít thở, hít thở... Một ngày nào đó nó không cho mình mượn-trả nữa thì mình ra đi thôi. Mình hít vô rồi nó nói "Thôi, không cho mượn nữa!", là mình xong. Cho nên:

"Trăm năm trong cõi người ta

Ai ai cũng phải thở ra hít vào

Trăm năm trong cõi nước nào

Người ta cũng phải hít vào thở ra

Xa như ở nước Canada

Người ta cũng phải thở ra hít vào

Mút tít tè như ở nước Tàu

Người ta cũng phải hít vào thở ra

Gần gần như ở nước chúng ta

Thì ta đây cũng phải thở ra hít vào."

LÒNG TỪ
KHÔNG PHÂN BIỆT

Rải tâm từ là một trong những pháp tu. Tâm từ là gì?
Là tâm thương yêu mà không có phân biệt. Không phải rải
kiểu này: "Mong cho tất cả mọi người trong tiệm con được
bình an, trừ bà Tám hay kiếm chuyện với con". Rải kiểu đó
là có phân biệt. Quý vị biết câu chuyện liên quan đến việc
hồi hướng không? Có một bà mời thầy tới tụng kinh hồi
hướng. Sau khi cầu nguyện cho thân nhân của bả xong hết,
thầy tụng:

"Phổ nguyện âm siêu dương thới

Pháp giới chúng sanh

Hữu tình, vô tình

Đều thành Phật đạo."

Tụng xong bả khều thầy: "Thầy tụng có một chút mà hồi hướng nhiều vậy, chồng của con sao hưởng được!". Thầy nói: "Mình phải có lòng từ bi, mình hồi hướng cho người thân thì phải 'pháp giới chúng sanh', công đức mới lớn". Bả liền nói: "Ủa, vậy hả thầy? Vậy thầy rải ai cứ rải, trừ cái bà ở sát nhà con". Như vậy chưa phải là tâm từ. Tâm từ là từ bi, bình đẳng. Trong ba pháp từ bi, từ bi này gọi là Vô duyên từ. Vô duyên từ là lòng từ bi không phân biệt.

Pháp Hòa có quen một vị sư bà ở Mỹ. Sư bà muốn xây một ngôi chùa mà nhiều năm qua vẫn làm chưa xong. Một ngày nọ, có một chú đi đám tang của một người bạn, hương linh được đưa về chùa nên chú đó đi theo. Trong khi ngồi với sư bà thì chú được biết sư bà có tâm nguyện làm chùa mà bản vẽ và mọi thứ sư bà không rành và làm chưa tới đâu. Chú nói sư bà đưa bản vẽ cho chú và cuối cùng chú là người đứng ra giúp sư bà xây xong ngôi chùa đó. Quý vị biết chú này là ai không? Là một tín đồ Thiên Chúa giáo. Vậy đây gọi là gì? Là Vô duyên từ. Nghĩa là từ bi không cần phải phân biệt tôn giáo, đức tin; người ta cần giúp là cứ giúp, không phân biệt.

Còn ví dụ như mình cầm tiền đi bố thí mà nhà nào đạo Chúa mình không cho là không được. Dù đạo Phật hay đạo Chúa, người nghèo khổ thì phải cho giống nhau. Còn thấy nhà nào có đèn thờ đỏ đỏ mới vô cho, nhà nào có Thánh giá không cho là không được; đó không phải là Vô duyên từ. Cho nên ví dụ mình đi tới đám tang một người bạn, mình là Phật giáo nhưng mình chắp tay đọc

Kinh thánh cũng không sao. Hoặc nếu người đó đạo Chúa, mình đọc một câu niệm Phật cũng không sao hết. Tại vì lời Kinh thánh hay câu niệm Phật trong lúc đó chỉ là một phương tiện, và nó là phương tiện để bắc cầu lòng từ, tình thương giữa con người và con người. Khi đó, từ ngữ không phải là vấn đề nữa. Cái người chết cần là năng lượng, lòng từ bi, tình thương chứ không phải là ngôn ngữ. Là người theo đạo Chúa, mình đâu biết kinh Phật là gì nên mình đọc kinh Chúa. Nhưng mà nó xuất phát từ tình thương. Tình thương đó mới quan trọng, mới là năng lực. Bây giờ ví dụ như quý vị té và cần người đỡ, người khác tới đỡ mà quý vị hỏi: "Anh bên Chúa hay bên Phật?". Chúng ta được hỏi câu đó không, hay chúng ta nói "Tôi không quan tâm người cứu tôi là ai"? Cho nên khi Pháp Hòa đi tới nhà Phật tử và thấy nhiều nhà để hình cha Diệp, Pháp Hòa không hỏi nhưng Pháp Hòa biết chắc là nhà này có ai bệnh hay bị nạn gì đó, vì người ta tin cha Diệp có khả năng cứu khổ.

Thật ra theo Pháp Hòa nghĩ, người có đức tin, có niềm tôn kính vẫn hơn là sự phỉ báng. Mình phỉ báng thì mình mất phước, mình tôn kính thì được phước. Cứ đơn giản như vậy mà sống thì lòng từ bi của mình vẫn còn đó. Nhiều khi cuộc sống rất đơn giản mà tại con người chúng ta không làm cho nó giản đơn.

TÌNH THƯƠNG
KHÔNG TỔN HẠI

Pháp Hòa đọc cho đại chúng nghe hai câu đầu của phẩm Đao Trượng trong kinh Pháp Cú:

Câu 129:

"Mọi người sợ hình phạt
Mọi người sợ tử vong
Lấy mình làm ví dụ
Không giết, không bảo giết."

Nghĩa là ai ai cũng sợ gươm đao, ai ai cũng sợ sự chết, vậy nên lấy lòng mình suy lòng người, chớ giết mà cũng chớ bảo giết.

Câu 130:

"Mọi người sợ hình phạt

Mọi người thương sống còn

Lấy mình làm ví dụ

Không giết, không bảo giết."

Ý của hai câu này gần giống nhau: ai cũng sợ chết và ai cũng ham sống. Vì vậy giới[1] thứ nhất Phật giáo đề xướng là "Không sát sanh". Giới đầu tiên Phật tử tại gia phải tuân thủ là "Không giết người". Các vị sa di khi xuất gia thọ mười giới, trong đó giới đầu tiên cũng là "Không được sát hại". Các vị tỳ kheo thọ 250 giới, trong đó có bốn giới cực kỳ quan trọng, và một trong bốn giới đó là không sát sanh. Vì sao? Bởi vì chúng ta phải tôn trọng sự sống của sinh vật khác. Do đó, thỉnh thoảng chúng ta nên tập ăn chay. Tập ăn chay để tôn trọng sự sống của muôn loài – không lấy sinh mạng của người khác để nuôi sinh mạng của mình. Dĩ nhiên, mình không nhất thiết phải ăn chay trường nhưng lâu lâu, ví dụ một tháng, mình thể hiện điều đó qua một, hai ngày chay, tùy mình. Ăn chay càng nhiều càng tốt, nhưng ít nhất một tháng một ngày. Quý vị làm được không? Ráng đi!... Quý vị cứ nghĩ xem, một tháng có ba mươi ngày, và một bữa ăn của mình có khi gồm ba, bốn món: thịt bò, thịt heo, thịt gà, thịt vịt – bốn mạng chết để nuôi một mạng. Vậy một tháng mình ăn bao nhiêu con?

---

[1] Giới trong đạo Phật là giới luật, là những điều Phật tử hoặc tăng ni cam kết không vi phạm.

Bây giờ mình chỉ cần tập thói quen ăn chay một ngày mỗi tháng để thể hiện tình thương của mình đối với muôn loài, nhất là những con vật mà khi nó bị giết, mình nghe được tiếng kêu của nó. Mình thấy được sự sợ hãi. Nếu quý vị nhìn thấy cảnh những con vật quỳ xuống lạy khi đi tới lò sát sinh, bất cứ ai coi những thước phim đó cũng sẽ rùng mình. Con vật cũng ham sống sợ chết. Nó sợ đau. Con người mình cũng sợ đau. Cho nên trong đoạn này có câu "Lấy mình làm ví dụ". Mình sợ đau thì người khác cũng sợ đau. Mình sợ chết thì người khác cũng sợ chết.

Nhưng con người chúng ta khi giận lên sẽ chẳng ý thức được gì nữa. Con mình, mình cũng đập tới. Vợ mình, mình cũng đập tới. Thậm chí chồng mình, mình cũng đánh luôn. Mình đã lên cơn giận thì bất kể đó là ai. Thậm chí, có những người con bất hiếu đánh cha, đánh mẹ nữa. Vì vậy mà sân si hay sân hận được coi là cái tâm hành rất xấu. Nó là một trong ba cái độc đầu tiên trong mười cái độc – mười thứ phiền não căn bản[1]. Nó là cái thứ hai. Sân rất nguy hiểm.

Chắc quý vị còn nhớ ở Việt Nam, mỗi khi nấu cơm xong, mấy bà mẹ hay kêu mấy đứa nhỏ đang chơi trong xóm hay ở ngoài sân về ăn cơm. Pháp Hòa nhớ hồi Pháp Hòa còn nhỏ, có một cô bữa đó cổ kêu con của cổ về ăn cơm. Thằng con cô đó mê bắn bi, cứ ngồi bắn hoài không chịu vô. Nó cứ "Dạ! Dạaaa..." nhưng vẫn tiếp tục chơi. Cổ tức quá, lấy nguyên cây củi đang cháy lụi vô người thằng nhỏ. Cuối cùng, con của cổ lớn lên thành người có tật,

---

[1] Mười phiền não căn bản: tham, sân, si, mạn, nghi, thân kiến, biên kiến, kiến thủ, giới cấm thủ và tà kiến.

tay chân co quắp. Nếu vậy, mỗi lần nhìn con của mình, mình sẽ hối hận vô cùng. Pháp Hòa còn biết có một người cha, vì tức giận mà đem con mình ra trước cửa nhà, cởi quần, cởi áo nó ra để đánh nó. Hàng xóm đi qua đi lại bàng quan. Sau bữa đó đứa con tự vận. Tại vì một đứa con gái mà bị ba nó cởi quần áo ra rồi đánh ở trước cửa nhà như vậy, làm sao nó chịu nổi! Chỉ vì cái tánh giận của mình. Người ta thường nói "No quá mất ngon, giận quá mất khôn". Giận quá thì mình hành xử, mình nói những điều không đúng.

Cho nên trong này có câu "Mọi người sợ hình phạt". Hình phạt là gì? Là cách mà mình làm khổ nhau. Chẳng hạn khi mình giận một người thân, mình không nói chuyện với họ. Hoặc khi mình giận con mình quá, mình kêu nó úp mặt vô tường hay bắt nó quỳ gối. Đó là hình phạt. Người lớn với nhau thường dùng hình phạt bỏ mặc, không thèm ngó tới, hoặc chửi mắng nhau, v.v... "Lấy mình làm ví dụ" có nghĩa là mình không thích cái gì thì đừng làm cái đó cho người khác. Khổng Tử cũng dạy rõ điều này: "Kỷ sở bất dục, vật thi ư nhân" – đừng làm những gì mình không muốn với người khác. Mình không thích nghe những lời khó nghe nhưng lại nói với người khác lời khó nghe. Nhiều khi mình viện cớ: "Nó chửi tôi như vậy nên tôi chửi lại nó". Rốt cuộc, lời nói của người kia và lời nói của mình cũng như nhau thôi, đâu có khác. "Lấy mình làm ví dụ" để làm gì? Để mình biết coi trọng người khác, coi trọng tình người.

NHẪN LÀ THƯƠNG

Từ bi là gì? Là tình thương. Có tình thương thì mọi việc sẽ an. Thương chùa, mình ráng nhịn nhau để chùa yên. Thương con, mình ráng nhịn nhau để con cái bớt căng thẳng bởi những trận gây gổ của cha mẹ. Tất cả mọi việc chúng ta làm mỗi ngày đều xuất phát từ tình thương. Đôi khi nhẫn không phải là nhục, mà nhẫn để thể hiện tình thương. "Có khi nhẫn để yêu thương. Có khi nhẫn để liệu đường lo toan."[1] Nhiều khi con nó ngủ trên tay mình tới tê cả tay, thậm chí tê cả người mà mình không dám nhúc nhích vì sợ con thức giấc. Tại sao mình phải chịu khổ thân mình trong cả mấy tiếng như vậy? Vì tình thương với con thôi. Không thương thì đâu có làm được. Tại sao mình

---

[1] Trích bài thơ "Nhẫn" của giáo sư Trần Lê Nhân.

có thể thức cả đêm nấu cho con ăn? Vì tình thương thôi. Tại sao mình có thể thức cả đêm dọn dẹp nhà cửa? Vì tình thương thôi. Cho nên đôi lúc trong cuộc sống có những việc khó khăn chúng ta phải làm, chúng ta phải lướt qua nhưng không hề khổ. Bởi vì tất cả đều từ tình thương mà ra.

Pháp Hòa nhận lời chiều hôm qua, sáng nay đến đây thấy mọi việc đã được sắp xếp trang trọng. Pháp Hòa không yêu cầu nhưng mà quý ni sư cũng như đại chúng đã thể hiện điều đó: không thương thì đâu có làm. Cho nên quý vị cứ nhớ: rủi mai này mình phải làm việc gì đó mình cảm thấy khó chịu, đừng để cái khó chịu đó tác động đến mình. "Đây là 'khó chịu', nhưng tôi sẽ 'chịu khó'." Cho nên tu là gì? Là chuyển đổi. Tu là chuyển đổi. Nó "khó chịu" nhưng tôi biết chuyển đổi nó thành "chịu khó". Đây là chỗ ngục *tù* nhưng vì tôi có *tu* nên nếu người ta đưa dấu huyền, tôi sẽ cất dấu huyền đi để tu. Cho nên nếu ai nói gì gây sốc, mình tỉnh bơ nghe. Nếu bạn mình nói "Trời ơi! Nó nói vậy mà bà im lặng. Bà ngu quá!", mình nói: "Dạ, tôi tu chứ tôi đâu có ngu. Tôi đâu có ngu mà không hiểu người ta nói gì, nhưng vì tôi tu". Tu thì không cần khoe khoang và thể hiện, vì nó là chuyện bình thường trong cuộc sống. Nhường một chiếc xe đi qua, mình đâu cần phải la làng "Ê! Bữa nay tôi nhường người ta đi đó". Như vậy là tu rồi.

Vì sao đôi khi mình nên nhường đường cho người ta? Vì lỡ người ta có chuyện gấp. Cứ nghĩ vậy mà thấy đơn giản. Nhiều lúc Pháp Hòa đi máy bay tới chỗ nào đó, thấy có người bị trễ chuyến bay và tiếp viên hàng không ở đó nói: "Quý vị nào không có việc gấp, xin ngồi lại để nhường đường cho những người bị trễ chuyến bay". Nghe vậy, mình sẵn sàng ngồi lại. Vì hiểu được chỗ đó nên tu nhiều mà không cần nói mình tu gì cả. Nhiều khi mình hơn được một chiếc xe nhưng cuối cùng khi ra tới ngoài kia thì "Trời ơi nhìn kìa! Trước mình có cả ngàn chiếc!". Mình hơn được một người nhưng đâu có hơn được vạn người! Vậy thì hơn để làm gì? Mà liệu rằng nếu hơn được người ta, lấn lướt được người ta, mình có chắc người ở trong chiếc xe đó không chửi mình không? Vì sao? Vì mình cũng từng làm vậy. Hễ ai vượt qua mình là mình nói "Thằng quỷ", phải không? Mình cứ quán[1] như vậy thôi. Mình chửi người ta được, người ta cũng chửi mắng mình được. Vậy mình có muốn bị chửi khi đi trên đường mỗi ngày không? Không. Vậy thì nhường, mà nhường tức là tu, tu không cần khoe.

Vậy đạo Phật ở đâu? Ở chỗ mình lái xe đó. Phật nhiều khi cũng khổ với mình lắm chứ. Mình lái xe nhanh muốn chết. Phật chóng mặt muốn chết mà Phật đâu có nói. Mình lách chỗ này, mình quẹo chỗ kia. Phật phải ngồi lắc suốt trên xe mà Phật đâu có than với mình. Phật nói: "Con lái từ từ thôi. Con gây tai nạn thì Phật cũng văng khỏi xe đó". Như vậy, mình để Phật ở trong xe không phải để Phật phù hộ mình, mà vì Phật có khả năng nhắc mình chậm lại. "Con thương Phật không? Phật đang ngồi đây nè. Con lái chậm một chút cho Phật đỡ khổ." Như vậy, Phật độ con

---

[1] Quán hay quán chiếu: nhìn thật sâu vào bản chất vấn đề, soi rọi lại chính mình để thấy rõ vấn đề.

bằng cách ngồi đấy để con lái chậm lại. Phật ngồi đấy để con không vượt tốc độ, phải không?

Như vậy, mình để Phật ở trong xe không phải vì Phật thật sự ở trong chiếc xe đó, mà vì Phật đủ khả năng nhắc nhở mình. Hiểu được vậy thì không mê tín. Còn nếu mình nghĩ Phật phù hộ mình tránh được tai nạn, mình sẽ treo Phật ở trước xe, dán Phật ở sau xe và dán hai chữ vạn ở hai bên hông. Nhưng treo gì cũng vậy thôi, nếu không lái xe đàng hoàng thì sẽ bị treo bằng lái.

TÂM ĐỘ LƯỢNG

Thưa đại chúng, Pháp Hòa kể một câu chuyện xảy ra trên một chuyến xe buýt. Hôm ấy, chiếc xe chở nhiều hành khách. Khi xe đi qua một khúc cua hẹp, người tài xế bẻ tay lái khiến cho tất cả mọi người ngồi trên xe gần như ngã người theo. Một người trong số hành khách đã lợi dụng thời khắc đó để chạm vào túi xách của người ngồi kế bên và lấy cắp ví tiền ở trong túi xách. Người soát vé trên xe đã thấy được hành động này. Sau một hồi im lặng, người soát vé lên tiếng: "Kính thưa quý hành khách, chỉ mấy phút nữa thôi, chiếc xe này sẽ đi vào một đoạn đường hầm tối. Nếu ai đó trong quý vị đã làm gì sai thì đây là cơ hội để quý vị phục thiện. Không ai nhìn thấy đâu. Tôi biết cuộc sống này rất khó khăn, kiếm tiền khó lắm, nhưng đừng vì cuộc sống thiếu thốn mà làm những việc không đúng để rồi mình phải đi tù. Hai năm tù cho một người phạm tội ăn cắp, có đáng không?". Anh soát vé nói xong thì chiếc xe cũng bắt đầu đi vào đường hầm. Khi xe đi qua hết đoạn đường hầm, chiếc ví đó đã trở lại chỗ cũ, trong túi xách của người kia.

Câu chuyện nói lên tấm lòng độ lượng của một con người. Thấy người khác làm sai nhưng không hô toáng lên để làm mất mặt họ. Vì người đó muốn cho người khác cơ hội để phục thiện, để cải quá. "Cải quá tự tân". Quý vị có nghe câu đó không? Quá là lỗi. Cải quá là sửa lỗi. Hễ mình sửa đổi, sửa được cái lỗi là mình tự làm mới mình. Tân có nghĩa là mới. Ví dụ, nhà mới là tân gia, mới cưới là tân hôn, ở lâu thì "hết hồn"…

Như vậy là người đó có tâm độ lượng, nhưng lòng độ lượng có được từ đâu? Nếu không có tư duy sâu sắc thì khó có tâm độ lượng. Thường thường, thấy cái gì không vừa mắt là mình la làng lên liền. Không cần biết cái đó đúng hay sai mà chỉ cần trật ý mình một chút là mình la, huống chi mình bắt gặp một người lầm lỗi. Nếu người đó không có quan hệ gì với mình, mình chỉ la làng thôi. Còn nếu đó là người mình không ưa, mình còn cầu Phật cho mình bắt được lỗi của họ. (Mình thường hay cảm tạ ơn trên mấy vụ đó lắm!) "Trời Phật thương con, cho con bắt quả tang nó. Con ghim nó lâu lắm rồi." Các bậc thánh ở trên đó bị mình lôi xuống làm phàm[1] hết. Vì cách sống của mình

---

[1] Phàm: người phàm.

rất phàm rồi nên mình muốn các vị cũng sống theo kiểu của mình. Đi chùa đậu xe sai chỗ mà không bị phạt tiền thì mình nói "Phật độ", bị phạt thì mình nói "Phật không linh". Cho nên, làm sao một người có thể dừng được thói quen la làng đó? Họ có tư duy. Họ dừng lại để nhận định: "Muốn cải thiện người này, mình phải làm gì?". Cái cốt yếu là cải thiện con người chứ không phải là bắt tội người ta.

Đại chúng hãy nhớ là con người chúng ta ai cũng có lúc phạm lỗi. Nhưng cái gì làm mình phạm lỗi? Do pháp hay do mình có lỗi? Do pháp mà mình có lỗi. Chính vì vậy, người ta mới tạo ra các tổ chức, cơ quan để hướng dẫn mình sống đúng. Họ muốn đem pháp thiện chuyển hóa pháp ác. Pháp thiện được gọi là thiện pháp, trong kinh gọi là bạch pháp. Còn pháp ác trong kinh gọi là hắc pháp, hay pháp đen. Pháp Hòa nói để mai mốt nếu đọc kinh thấy pháp trắng, pháp đen, quý vị biết không phải Phật đang dạy mình chơi đỏ đen, mà pháp trắng có nghĩa là điều lành và pháp đen có nghĩa là điều xấu. Cho nên nhà Phật chúng ta muốn chuyển pháp. Chuyển pháp là làm gì? Là đem pháp thiện chuyển hóa pháp xấu. Ở đây có quý vị nào thấy tượng Phật Chuyển Pháp Luân chưa? Phật chuyển pháp luân tức là Phật bắt ấn bên tay này, rồi bên tay này nữa. Nghĩa là một bên là đời, một bên là đạo. Đời và đạo không thể tách rời nhau. "Phật pháp bất ly thế gian." Cho nên quan trọng là mình phải chuyển pháp.

Giống như một cái bàn mình mua về dùng, nếu nó hơi khập khiễng một chút thì mình nên vứt cái bàn đi hay kiếm cái gì chêm cho nó bằng, hết khập khiễng? Chêm cho nó bằng. Nếu mình nấu một món ăn mà nó lạt, thiếu muối, mình có vứt đi nguyên cái nồi thức ăn đó không? Không, mình chỉ cần thêm một chút muối. Làm điều gì mà thấy nó chưa hoàn hảo, chúng ta đều muốn tìm cách làm cho nó hoàn hảo, chỉnh từng chút. Quý cô mỗi buổi sáng làm cái này hoài mà quý cô quên, trang điểm đó. Mình phải có cái gương để nhìn và kẻ cho ngay. Nếu nó ngắn thì mình kéo xuống chút nữa cho dài thêm. Cái đó gọi là "điểm", là làm cho nó đẹp. Cuộc sống này cũng vậy. Mình cần có cái nhìn để thấy đúng sai, mà đã thấy đúng sai thì phải có tư duy để sửa cái sai. Cho nên chúng ta có cái nhìn, có tư duy, có hành động.

Một người cần có tâm độ lượng để có thành tựu trong mọi việc. Một người cha thiếu độ lượng không thể cảm hóa được con mình. Một người chồng thiếu độ lượng không thể cảm hóa được vợ mình. Một người phụ nữ thiếu độ lượng không thể là một người mẹ hiền, người vợ hiền được. Nhưng nếu muốn có được tâm độ lượng đó, mình phải có tầm nhìn, tư duy, ăn nói. Tất cả những cái đó là gia vị để làm nên một con người độ lượng.

Có một ông vua. Ông vua mở một bữa tiệc, có cả các hoàng phi tham dự. Một tên lính đứng đó để ý một bà phi. Ngay trong bữa tiệc, một cơn gió lốc ùa tới làm tắt hết tất cả các ngọn đèn và tên lính kia lợi dụng bóng tối, nhào tới ôm bà phi. Hắn xổ áo bà phi ra khiến bả la toáng lên. Một lát sau, đèn được thắp sáng trở lại. Ông vua thấy vợ mình bị xốc áo như vậy, ổng biết chuyện gì xảy ra, nhưng bây giờ nếu la lên, mọi người biết thì mất mặt lắm. Ổng liền ra lệnh tất cả mọi người phải thổi tắt đèn và xổ áo ra. Để làm chi? Để ổng tha tội cho tên lính. Về sau, khi có giặc giã, chính tên lính đó đã cứu ông vua. Sau đó, ông vua cho gọi người đã xả thân cứu mình đến hỏi: "Tại sao trong khi bao nhiêu người khác chạy thoát thân, khanh lại can đảm cứu trẫm?". Người đó quỳ xuống, thưa: "Thưa bệ hạ, bề tôi là người đã vô lễ với ái phi của bệ hạ, nhưng bệ hạ đã không chém đầu bề tôi mà ban cho bề tôi một cơ hội phục thiện, bằng cách cứu vãn tình thế. Để đền đáp tâm độ lượng đó, bề tôi chỉ biết trọn đời trung thành với bệ hạ".

Cho nên trong cuộc sống, tâm độ lượng của một người là cái tổng thể, nhưng để có được cái tổng thể đó thì phải có tầm nhìn. Tầm nhìn phải xa.

THA THỨ

Mình nghĩ ai đó xúc phạm mình tức là mình đang ôm một cái ngã. Nếu giảm bớt được cái ngã, mình sẽ thấy mình dễ dàng tha thứ cho người khác, vì ai cũng có lỗi lầm. Ai cũng có lỗi lầm và ai cũng cần được tha thứ. Và một khi mình tha thứ được cho một người, chắc chắn họ sẽ rời khỏi tâm thức của mình. Khi đó, chính mình cũng cảm thấy được sự nhẹ nhàng khi mình không còn nuôi một mối hiềm hận nào trong lòng.

Hồi đó Pháp Hòa có một câu chuyện hay kể cho mấy chú nhỏ nghe: một cô giáo giao cho một nhóm học sinh mỗi em một túi ni lông, trong túi có những củ khoai. Các em phải ôm, vác hoặc đeo cái túi trên vai, cả khi thức lẫn khi ngủ. Đeo như vậy suốt một tuần lễ. Qua đến tuần thứ hai, thấy có những em trong túi còn rất ít khoai, cô giáo mới hỏi: "Tại sao trong túi của em còn ít khoai?". Các em đó nói: "Em mang túi khoai trong suốt một tuần vừa rồi, nhưng củ khoai nào hư thối, em loại bỏ ra. Vì vậy túi khoai của em không bị hôi". Những em còn lại vẫn mang túi khoai nhưng không bỏ củ khoai nào ra hết nên cái túi bốc mùi hôi thối. Câu chuyện này là để nhắc chúng ta ai cũng có túi khoai phải mang. Quan trọng là chúng ta có biết chọn lọc, loại bỏ những củ khoai thối ra không, hay là chúng ta cứ khư khư giữ nguyên túi khoai đó để nó bốc mùi lên. Và ai là người ngửi cái mùi hôi đó? Chính chúng ta. Cũng giống như tâm niệm ghét và thương. Cùng một tâm niệm, nhưng khi mình cảm thông được thì tâm ghét chuyển thành tâm thương.

Ví dụ, mình nấu một nồi cơm và nó bị sống. Bây giờ, mình chuyển nó ra một cái nồi lớn hơn, xới nó lên rồi cho thêm nước. Cũng chừng đó gạo nhưng đã chuyển trạng thái – từ sống thành chín. Cũng vẫn bấy nhiêu hạt gạo thôi chứ không thêm, nhưng vì mình cho đủ nước và đun đủ lửa nên tất cả những hạt gạo đó đều nở lên thành một nồi cơm. Vì vậy mình thấy nó có vẻ nhiều hơn lúc trước. Nếu mình không biết thì sẽ nghĩ có lẽ ai đó thêm gạo vô nhưng không, cũng bao nhiêu gạo đó thôi. Sự tu hành cũng vậy. Mình không cần thêm gì cả, mà chỉ cần chuyển đổi tâm niệm. Khi chúng ta còn mê lầm, chưa tỉnh, tâm niệm này còn quá nhiều khổ đau và chấp trước.

Điều gì giúp chúng ta tha thứ được? Quán[1] vô thường – mình nghĩ mình có thể chết, hoặc người đó có thể chết.

[1] Quán: nghĩ bằng tâm sáng suốt, chiêm nghiệm.

Bằng cách này, chúng ta có thể buông được người đó ra khỏi lòng mình. Mình thường quy gán người đó là người xấu, là người làm mình khổ, nhưng chính bản thân họ chưa chắc đã biết họ làm mình khổ. Tại vì họ sống theo quan niệm của họ. Cho nên, tùy theo cách mình nhìn sự việc – bằng cái trí hay bằng cái tâm mê lầm của mình. Nếu nhìn bằng tâm mê lầm, tự nhiên mình sẽ thấy không thể chịu nổi người đó.

Như hồi nãy mình nói, "hoàn toàn tha thứ" thì khó. Nhưng sao phải đợi tới khi mình hoàn toàn tha thứ? Tha thứ từng phần đi. Tha thứ từng ngày đi. Bây giờ mình chưa dám nói sẽ tha thứ trọn đời thì hôm nay, vào đầu ngày, mình nói: "Hôm nay là một ngày mới, tôi nguyện tha thứ cho mọi người trong một ngày". Thử một ngày thôi, rồi mai mình thử thêm một ngày nữa. Cứ làm như vậy thì suốt cả đời, mình không thấy có gì nặng nề hết. Chứ nói hoàn toàn tha thứ thì khó đó. Quý vị biết tu Bát quan trai không? Tu Bát quan trai chỉ trong hai mươi bốn giờ thôi. Mình nhận giới tu Bát quan trai, rồi tu trong hai mươi bốn tiếng thôi, sau hai mươi bốn tiếng mình xả giới.

Cho nên thưa đại chúng, mình không bao giờ có thể đảm bảo mình sống được trọn đời đâu mà ôm cái giận trọn kiếp. Mình chỉ có thể nói mình sống mỗi ngày thôi. Mà chưa chắc được một ngày nữa đó, nhiều khi ăn nửa bữa cơm là mình đã *đi* rồi. Cho nên không có gì đảm bảo hết. Bây giờ, nếu chưa tha thứ hoàn toàn được thì mình tập tha thứ từng phần. Hoặc tha thứ từng ngày. Vậy thôi.

GIẢI NỘI KẾT

Thưa đại chúng, trong cuộc sống, cho dù ai khinh hay cung kính mình, mình cũng hãy nhất tâm hồi hướng cho họ. Người cung kính mình, mình hồi hướng cho họ đã đành, còn người không cung kính mình, tại sao phải hồi hướng cho họ?

Nếu một người thương mình, ủng hộ mình, đó là chuyện đương nhiên, là bình thường, phải không? Nhưng nếu một người không thương mình, họ sẽ làm gì? Họ sẽ phá mình hay phụ mình? Họ sẽ phá mình. Cho nên mình độ cho họ tu để họ giảm cái tâm phá đi thì mình đỡ khổ. Một chú Phật tử nói: "Nó không thích tôi, tại sao tôi phải làm vậy?". Pháp Hòa mới hỏi chú đó: "Bây giờ chú muốn người đó phá chú hay phụ chú?". Mình muốn người ta phụ mình thì đừng gieo thù chuốc oán nữa. Người ta gây oán thù với mình thì phần của người ta là 50%, nhưng nếu mình gây oán thù lại, mình làm cho chuyện này thành 100%. Còn nếu họ oán mình mà mình thì không, mình cố gắng, mình nhỏ nhẹ, tức là mình đang làm nó giảm đi. Vì vậy mình mới có bài tụng "giải oan kết" mà Tết nào mình cũng đọc:

"Giải kết, giải kết, giải oan kết

Nghiệp chướng bao đời đều giải hết

Rửa sạch lòng trần phát tâm thành kính

Nay đối Phật đài cầu xin giải kết

Dược Sư Phật, Dược Sư Phật

Tiêu tai diên thọ Dược Sư Phật

Tùy tâm mãn nguyện Dược Sư Phật."

"Thầy thuốc, thầy thuốc"[1]. Vậy mà người ta đưa anh thuốc độc, anh cũng đưa người ta thuốc độc. Người ta là độc dược thì mình phải là linh dược. Người ta độc dược mà mình cũng độc dược nữa thì hai người "độc đắc" (!). Bây giờ, ví dụ một người hay hiềm khích với mình, quý vị cứ đối tốt với họ đi, đừng bao giờ hiềm khích với họ. Nếu lúc nào mình cũng cố gắng nhỏ nhẹ với họ, họ có cỡ nào đi nữa rồi cũng phải mềm. Cho nên chỗ hóa giải là chỗ đó.

---

[1] Dược Sư Lưu Ly Quang Phật là vị Phật có danh hiệu "Thầy thuốc chữa bệnh", ánh sáng như ngọc lưu ly. Phật Dược Sư hiểu biết và thông suốt tất cả y dược của thế gian và xuất thế gian.

BAO DUNG

Thưa đại chúng, nhà thơ Mai Thảo có một bài thơ, trong đó có bốn câu hay lắm. Để Pháp Hòa đọc cho đại chúng nghe:

"Chế lấy mây và gầy lấy nắng.
Chế lấy, đừng vay mượn đất trời.
Để khi nhật nguyệt đều xa vắng,
Đầu hè[1] vẫn có ánh trăng soi."

"Chế lấy mây và gầy lấy nắng" có nghĩa là hãy chế tác ra những hình ảnh đẹp của mây, của nắng ở trong tâm mình. "Chế lấy, đừng vay mượn đất trời" – tại vì cuộc đời này đâu phải ngày nào cũng có mây, có nắng. Cho nên hôm nào có mây, có nắng, mình hãy tiếp nhận nó, hãy nhìn kỹ nó

---

[1] Hè: bậc thềm, thềm nhà.

để đem những hình ảnh đẹp đó vào trong tâm mình. "Để khi nhật nguyệt đều xa vắng": nhật là mặt trời, nguyệt là mặt trăng. Để hôm nào, dù không có trăng, không có nắng, nhưng khi mình bước ra thềm ngồi, đầu thềm vẫn có ánh trăng soi.

Ví dụ, quý vị hãy nhìn ra cửa chùa hôm nay: không có chút nắng nào. Trời có mây nhưng mây đen, tối mù. Nhưng bây giờ quý vị chỉ cần nhắm mắt lại và tưởng tượng thì sẽ thấy cảnh đẹp, nắng ấm, mây xanh của ngày hôm qua... Ai trong quý vị đã từng lên Tây Thiên, đã từng ngủ lại đêm ở tu viện Tây Thiên chưa? Năm giờ sáng thức dậy, nhìn ra cửa sổ, quý vị sẽ thấy mây đủ sắc. Vì lúc đó mặt trời lên ở giữa một không gian bát ngát, không có nhà cao tầng, không có khói xe, không có gì hết nên cảnh rất đẹp. Cho nên ở trên Tây Thiên có một cái ti vi rất lớn, đó là ti vi thiên nhiên. Chỉ cần nhìn ra cửa, lúc nào mình cũng có cái ti vi đó để coi. Pháp Hòa thích đứng ở trong phòng nhìn xuống hồ, đứng trên chánh điện nhìn qua bên Quan Âm, ngồi thiền ở thiền đường nhìn ra bờ ruộng, hoặc ngồi ở phòng khách của tăng xá nhìn ra bờ ruộng. Một không gian mênh mông và rất đẹp. Có những ngày bầu trời trong xanh không gợn chút gì. Bây giờ, trong khi đang nói cho quý vị nghe, trong đầu Pháp Hòa cũng đầy những hình ảnh đẹp đó.

Hãy đem hết những hình ảnh đẹp đó vào trong tâm của mình. Để lúc nào không có cái mây, cái nắng đó, mình vẫn thấy cuộc sống đẹp như vậy.

Tất cả những người thân, người quen, những người mình biết, ai cũng từng có những cái hay, cái đẹp để mình nhớ ở trong lòng. Vậy tại sao chúng ta không làm như bài thơ, đem hết những cái đẹp, cái hay của họ vào trong tâm mình? Để lỡ hôm nào họ làm gì mình không thích, không vui, thì thay vì cứ nhớ, cứ ghét, cứ bực bội về họ, mình nhớ những hình ảnh đẹp về họ để có thể thương họ. Hãy nhận ra cái đẹp, cái hay của người đó và để ở trong tâm mình, để khi người đó làm mình giận, khi trước mắt mình bây giờ họ không có gì đẹp hết, thì mình nghĩ về bao nhiêu cái đẹp họ từng có. Cái này mình làm được, không phải là lý thuyết.

Thưa đại chúng, thật ra tất cả những gì chúng ta đang có trong đời đều do sự cố gắng và thực tập của chúng ta. Ví dụ, mình có được ngày hôm nay đâu phải tự nhiên. Nhờ cố gắng, vun vén, mình mới có được căn nhà, có được gia đình êm ấm, v.v... Trong việc tu hành cũng vậy, mình hay nói "Trời ơi, tôi không có căn tu" nhưng không phải vậy. Mình không chịu khó, không chịu thực tập thì làm sao tiến bộ được. Chứ không ai không tu được hết. Nếu nói như mình thì trong một ngàn người chắc chỉ có vài người có căn tu thôi. Chín trăm mấy người còn lại không tu được – thế giới này chắc tan hoang... Mình làm được chứ sao không.

Quý vị biết Pháp Hòa đi tu cho tới bây giờ là mấy mươi năm không? Mấy chục năm rồi. Trong mấy chục năm, không lẽ Pháp Hòa chưa từng làm được chút xíu gì dễ thương trong lòng quý vị? Lỡ như chiều nay Pháp Hòa nói hay làm gì đó khiến quý vị buồn, quý vị giận thì quý vị nhớ lại: "Ổng mới làm mình giận một ngày này thôi, còn mấy chục năm nay ổng làm mình vui". Mình nhớ như vậy để không giận người đó. Tại sao có trường hợp mình và một người nào đó từng thân thiết, ăn chung một mâm, tâm sự mọi chuyện, mà bây giờ người đó không còn một cái gì để mình thương, hễ nhắc tới người đó là mặt mình đỏ rần, mắt mình trợn lên "Đừng có nhắc tới con nhỏ đó với tui"? Như vậy thì uổng quá. Mình phải có cái gì đẹp của người đó ở trong tâm mình. Cho nên nếu muốn thương một người, mình luôn nghĩ tới cái đẹp của người đó, còn nếu muốn ghét một người, mình nghĩ tới cái xấu của người đó.

Thưa đại chúng, trong cuộc sống của chúng ta, khổ là do lượng bao dung của chúng ta yếu quá. Bao dung là gì? "Bao" là ôm ấp. "Dung" là dung chứa. Mình phải có thể ôm ấp, phải có thể dung chứa thì mới gọi là *bao dung*. Trong truyện Kiều có một câu: "Có dung kẻ dưới mới là lượng trên". Lượng trên là ai? Là người ở trên. Ví dụ, mình là chồng, mình phải có lòng bao dung đối với vợ, đối với gia đình vợ. Mình là vợ, mình phải có cái lượng đối với chồng, đối với gia đình chồng.

Điều này không phải chỉ để nói, mà tùy thuộc ở sự thực tập. Lượng của chúng ta lớn chừng nào, chúng ta có thể dung chứa nhiều chừng ấy. Ví dụ, cái ly này chỉ chứa được bao nhiêu đây nước thôi, nhưng cái tô, cái nồi thì có thể chứa nhiều hơn. Tất cả chúng ta ai cũng có được tấm lòng bao dung đó, mà quan trọng là chúng ta phải thực tập.

Có một vị hòa thượng trồng mấy cây lan ở trong chùa. Một hôm, trước khi đi vắng, hòa thượng nhờ các đệ tử chăm sóc mấy chậu lan. Trong lúc tưới cây, một người sơ ý làm rớt bể hai chậu, lại là hai chậu lan đẹp. Vị đệ tử sợ quá, không biết phải nói làm sao để hòa thượng không la, vì biết tính ngài kỹ lưỡng và nuôi nấng cây cỏ rất tốt. Khi hòa thượng về, vị đệ tử đó thú thật: "Bạch thầy, con sơ ý làm bể hai chậu lan, xin thầy hoan hỉ". Hòa thượng cười và nói: "Tui trồng lan để cho chùa đẹp, để cho vui, chứ nếu trồng lan để sân si, tui trồng làm chi". Quý vị thấy không… Còn nếu là mình, chắc mình sẽ nói: "Bởi vậy, đâu có nhờ vả gì được!". Nếu là mình, mình sẽ nói những câu như vậy. Bây giờ chậu lan bể rồi, nếu mình nói những lời đó thì cũng vậy thôi, đâu có thay đổi được gì mà còn làm cho những người nhỏ cảm thấy tâm của người lớn sao khó khăn, hẹp hòi quá.

Có khi mình để dành đồ ăn trong tủ cho ai đó, lỡ mấy đứa nhỏ đi học về lấy ăn, mình la: "Ăn uống vô ý vô tứ, đói khát gì mà ăn phần của người khác!". Trời ơi, chỉ một tô cơm thôi đó. Phải chi mình nói: "Thì thôi, thức ăn là để ăn. Con lỡ ăn thì nấu cái khác". Cũng là một cách nói, nếu mình trách móc thì tô cơm đó cũng không trở lại, nhưng nó cho thấy tâm lượng của người trên chưa có *bao* và chưa có *dung*.

HOAN HỈ

Thưa đại chúng, chúng ta hoan hỉ mỗi khi gặp nhau. Niềm hạnh phúc của người con Phật, chúng ta gọi là hoan hỉ. Cảm xúc khi những gì chúng ta mong muốn mà có được, ở ngoài đời người ta gọi là vui mừng. Chữ vui mừng có tính chất sôi nổi. Còn chữ hoan hỉ sâu sắc hơn. Hoan hỉ là khi chúng ta mong muốn điều thiện lành, và hôm nay điều thiện lành đó đến, chúng ta hoan hỉ. Thậm chí có những cái chúng ta không thích nhưng vì hiểu được đối tượng đó có niềm đau, có nỗi khổ, có khó khăn nên chúng ta chấp nhận – như vậy cũng là hoan hỉ. Hoan hỉ thì không miễn cưỡng, mà do chúng ta hiểu nên hoan hỉ.

Ví dụ, khi một người cho mình một niềm vui nào đó, mình nói: "Ôi, tôi cảm ơn anh, tôi cảm ơn chị.

151

Tôi hoan hỉ quá". Nhưng lỡ ai đó nặng lời với mình, mình không giận thì mình cũng nói: "Thôi, tôi không buồn đâu, tôi hoan hỉ vì tôi hiểu. Cô/Chú/Cháu đó còn trẻ, không hiểu nên lỡ nặng lời với người lớn". Cho nên hoan hỉ là một pháp tu. Tại vì hoan hỉ là do mình có cái nhìn sâu, có ý nguyện. Việc gì đó đến đúng với ý nguyện của mình nên mình hoan hỉ.

Hồi chiều này Pháp Hòa được gặp mấy bác; bác nào cũng hơn 80 tuổi, có bác 86 tuổi, có bác 88 tuổi. Một bác nói: "Bữa nay hoan hỉ quá, được gặp thầy, được nắm tay thầy". Có cô nói: "Trời, thầy nhìn không khác trong đĩa". Mình thích điều gì, mình muốn điều gì mà được thì mình hoan hỉ. Ví dụ, Pháp Hòa tới đây mà đột nhiên cảm, sốt hay bệnh sao đó nên không xuống gặp quý vị được, Pháp Hòa nói: "Thôi, quý vị hoan hỉ". Hoan hỉ ở đây là gì? Là thông cảm. Ít ra người đó cũng đã cố gắng đến đây. Được gặp người đó, mình hoan hỉ. Rồi tưởng đâu sẽ được ngồi với nhau, ai ngờ bệnh đến đột xuất nên người đó không thể xuất hiện. Mình hoan hỉ.

Cho nên nhà Phật hay dùng chữ hoan hỉ. Hỉ là vui. Hoan cũng là vui – vui bên trong đồng thời thể hiện ra bên ngoài. Mà hoan hỉ là có tư duy, có thông cảm, có ôm ấp, có chấp nhận, nên dù người đó làm đúng ý mình hay không, mình cũng hoan hỉ.

BUÔNG XẢ

Nói về buông xả, nhiều người nghĩ xả là khi mình giận tức ai rồi mình tha thứ cho họ, mình buông, không còn buồn phiền họ. Nhưng thật ra, xả có nghĩa là khi chúng ta có khả năng buông bỏ một việc gì đó trong toàn bộ tâm trí. Xả không có nghĩa là buông cái nắp này cái bốp rồi nói là xả. Không phải là nói "Thôi, tu xả đi", rồi về nhà vứt cho bể cái chén và gọi là xả. Hay có cái đồng hồ đem quăng thùng rác rồi gọi là xả. Không phải vậy. Xả ở đây không phải là cái xả vật chất, mà là xả ở bên trong mình. Xả ở ngoài chỉ là xả vật chất thôi, chẳng ảnh hưởng gì tới mình hết. Quan trọng là mình xả từ trong nội tâm. Cho nên chữ xả mà Phật muốn nói là xả ở bên trong. Xả những điều mà chúng ta khắng khít, chặt chẽ với nó và quy định nó phải thế nào mới được.

Để có hạnh phúc – hạnh phúc được xây dựng trên nền tảng an vui, tự tại – chúng ta phải làm gì?

Thứ nhất, xả oán thù. Oán thù đâu có hình tướng[1], phải không? Tại sao chúng ta giận một người nào đó? Vì chúng ta trách họ. Có trách rồi mới giận, nên gọi là oán giận. Chữ oán có nghĩa là trách móc. Một người làm điều gì đó với mình và mình trách họ, giận họ, từ đó mình mới giữ họ trong lòng. Nhưng thật ra, có thể chính họ cũng không biết họ làm điều gì sai. Có thể người ta vô tình làm mà mình thì hữu ý. Mình nghe điều đó, mình nhận[2] điều đó rồi mình trách họ. Cho nên nhiều lúc mẹ trách con, chồng trách vợ, vợ trách chồng, rồi mẹ chồng trách nàng dâu, nàng dâu buồn mẹ chồng. Cuộc sống của chúng ta buồn khổ lẫn lộn đủ thứ hết. Tại vì chúng ta cứ giữ những cái trách móc đó trong lòng rồi chúng ta giận, mà giận thì trước hết là khổ mình, rồi khổ người nào nữa? Người đứng giữa đó, ví dụ nàng dâu với mẹ chồng trách móc nhau thì chắc chắn là hai người khổ rồi đó, cộng thêm người thứ ba là ông chồng. Biết vợ và mẹ mình không vui với nhau, ổng cũng khổ. Cho nên quý vị thấy một cái chấp của mình mà dính vô chỗ nào thì đâu phải khổ một mình mình, khổ cả ba đó. Vậy bây giờ nếu muốn cái giận, cái trách móc đó giảm bớt đi, chúng ta phải làm gì? Phải học thông cảm. Chúng ta học thông cảm và biết rằng ai cũng có hoàn cảnh hết. Khi mệt, người ta thường nổi quạu hay thậm chí có chiều hướng buông xuôi. Nếu hiểu được như vậy, mình cũng đỡ trách họ phần nào.

---

[1] Không có hình tướng: ở đây không phải là vật chất cụ thể ở bên ngoài mà thuộc về bên trong.
[2] Nhận: tiếp nhận, nhận diện, nhận định.

Cho nên mình phải học. Mình tu là để tạo cho mình hạnh phúc, tạo cho người thân của mình hạnh phúc. Nhưng có khi tu càng lâu, mình lại giận càng nhiều, càng dai hơn. Tại sao vậy? Vì cái gì mình cũng biết hết. Ví dụ, mình biết thỉnh chuông, và hễ người nào lên thỉnh chuông mà thỉnh không đúng, mình khó chịu. Mình nói: "Trời ơi, thỉnh chuông dở ẹt mà cũng đòi lên thỉnh". Rồi mình xoay qua chê cô thỉnh mõ. Rồi mình xoay qua nói ông chủ lễ: "Làm chủ lễ dở ẹt mà cũng thích lên cầm mic". Vậy là mình trách người này một chút, người kia một chút, rồi mình phiền hà hết người này đến người khác. Mà rốt cuộc là vì sao? Vì mình thấy mình là số một. Ai cũng số hai, số ba hết, nhưng đẩy mình lên thì mình lại không làm, phải không? Nhờ mình làm thì mình không làm, mà hễ ai làm là mình chê. Ở đời nó khổ vậy đó, cho nên từ những cái đó mà chúng ta cứ phiền não, khổ sở. Về hình tướng thì có tu đó, nhưng về nội tâm thì sự tu còn thiếu kém quá – buồn, trách đủ thứ hết.

Thứ hai, cái chúng ta cần buông bỏ là quá khứ. Chữ "quá" có nghĩa là đi qua, là đã xong rồi. Cái cũ, cái dĩ vãng đã đi qua rồi. Một quá khứ dù có vui mà nhớ lại cũng buồn. Ví dụ, hồi nhỏ hay hồi ở Việt Nam, mình có nhà cửa, có người quét nhà cho mình, dọn phòng cho mình, nấu ăn cho mình, giặt giũ cho mình. Bây giờ mình qua đây không còn gì hết, mỗi tháng chờ con cho vài chục để xài. Trời ơi, mình bây giờ phải sống dựa vào con, rồi còn sống chung với người này, người kia. Mình bắt đầu nhớ quá khứ huy hoàng của mình, rồi cũng khổ. Quá khứ đó vui mà nếu chúng ta cứ nhớ hoài, chúng ta cũng thấy khổ. Mặc dù tuyên bố đó đã là quá khứ nhưng chúng ta không nhận chân[1] được quá khứ là cái không còn tồn tại. Hoặc nếu không sống với quá khứ, mình lại sống với tương lai. Cho nên Phật có bài kinh Người Biết Sống Một Mình. Biết sống một mình là sao? Là không khổ với quá khứ, không lo cho tương lai, không dính với hiện tại. Đặc biệt vậy đó, quá khứ, hiện tại, tương lai đều phải buông xả. Ví dụ, "Hiện tại tôi đang giàu và tôi tin mình sẽ giàu mãi mãi", đó là dính với hiện tại. Hoặc "Quá khứ tôi giàu, giờ tôi nghèo, tôi khổ quá", là khổ với quá khứ. Hoặc ngồi dệt mộng tương lai: "Để rồi coi nha. Anh cứ khinh thường tôi đi. Hai năm nữa anh biết tay tôi". Rồi mình bắt đầu tạo ra một viễn cảnh giàu có, thế này, thế kia. Khi còn giữ quá khứ ở trong lòng, mình cũng khó mà vui được. Nhiều người không thể vui được trong hiện tại vì họ có quá nhiều ký ức đau khổ, nhớ hoài không hết. Có một bác Phật tử nói với Pháp Hòa, bây giờ mỗi lần nhớ tới cảnh ngày xưa mẹ chồng chửi mình ra sao, chồng mình đánh đập mình thế nào, mình vẫn còn hận. Mặc dù bây giờ tám mươi tuổi rồi mà bác vẫn còn hận. Nếu mình không buông bỏ được quá khứ, nó sẽ ảnh hưởng ra sao? Nó ảnh hưởng đến cách sống trong cuộc đời hiện tại của mình. Rồi mình cũng vung vẩy cái chất đau khổ đó tới những người xung quanh trong hiện tại. Chắc đại chúng ở đây từng thấy những người khổ với quá khứ rồi. Họ không buông được và cũng không cảm thông mà đem nguyên cái khổ đó – cái khổ mà ngày xưa họ phải chịu – áp đặt lên một người khác.

---

[1] Nhận chân: nhận thức rõ được sự thật, thật sự thấy.

"Hồi xưa tui làm dâu cực khổ lắm cho nên bây giờ tui phải cho con dâu tui nó biết." Nhưng mà ở đây đâu dễ làm như vậy được. Rồi con cái phản ứng thì mình trách móc thời nay con cái thế này, thế kia. Không thay đổi được thực tế, mình làm khổ luôn con trai của mình. Cho nên nếu muốn có một cuộc sống an lạc, muốn con mình an vui và gia đình mình bình yên, phải tập bỏ bớt quá khứ, những chuyện buồn phiền, trách móc – những gì đã qua.

Cái thứ ba chúng ta cần phải buông là tự ngã. Tự ngã là gì? Như hồi nãy Pháp Hòa thưa với quý vị, đó là cái tôi. Mà thường thường người tu càng lâu, không khéo cái ngã lại càng lớn. Đại chúng thử hình dung chiếc máy bay. Máy bay bay càng cao thì nhìn từ bên dưới càng nhỏ. Mình cũng vậy, phải tu làm sao mà càng lên cao, cái ngã của mình càng nhỏ. Còn mình hiện giờ tu làm sao mà càng lên cao, cái ngã càng bự. Mình phải nhìn chiếc máy bay mà học quán chiếu. Người tu càng lâu thì cái ngã, cái tôi phải càng giảm xuống. Để làm gì? Để chúng ta đi đến cái đại thể.

Khi chấp vào ngã, mình bị hai căn bệnh. Bệnh thứ nhất là so sánh, và so sánh thường dẫn đến bệnh thứ hai là ganh tị. Ổ khóa nói với chìa khóa: "Tôi không thích anh, vì anh lúc nào cũng được ở bên cạnh chủ. Chủ đi đâu cũng mang anh theo. Còn tôi, khi họ khóa cửa đi chơi, tôi rốt cuộc cũng chỉ là một cái khóa cửa, không được đi theo. Người ta lấy chìa khóa khóa cửa rồi bỏ anh vô túi, mang anh theo. Người ta đi đâu, anh cũng được đi theo". Cho nên cái ổ khóa đó không thích cái chìa khóa. Một ngày nọ, nó tìm cách hất chìa khóa vô thùng rác. Người chủ đi về kiếm chìa khóa không ra, và khi kiếm không ra chìa khóa thì phải làm sao? Đi kiếm cây búa phá ổ khóa, vì phá ổ khóa mới vô nhà được. Nhưng ổ khóa bị phá rồi đâu có dùng lại được, nên người chủ vứt luôn ổ khóa vô thùng rác. Lúc này chìa khóa và ổ khóa gặp lại nhau. Chìa khóa nói: "Anh thấy chưa? Anh tìm cách hất tôi vô thùng rác, bây giờ anh cũng đâu có hơn gì tôi. Phải chi anh chấp nhận là một ổ khóa trọn vẹn thì có tốt hơn không? Vì muốn trả thù tôi mà anh cho tôi vô thùng rác để tôi không được đi đâu hết. Bây giờ anh mới thấy ở ngoài kia sung sướng, phải không? Người ta khóa anh lại, nhưng anh ở đó hưởng trời trong, gió mát, sung sướng vô cùng. Anh ganh tị với tôi làm chi để người ta buộc lòng phải đập ổ khóa, mà ổ khóa bị đập rồi thì làm sao dùng được nữa. Cho nên cuối cùng tự mình hại mình". Pháp Hòa kể câu chuyện này để chúng ta thấy. Trong kinh đức Phật cũng dạy: phần lớn con người chúng ta đau khổ vì luôn sống với bản ngã của mình mà từ cái bản ngã đó, chúng ta dệt mộng, suy diễn rồi đau khổ.

Tóm lại, bài nói chuyện này không hướng đến điều gì khác hơn ngoài chữ xả. Nhưng trong nhà Phật, xả có nhiều cách lắm. Xả ngoại tài là xả của cải, còn xả nội tài là xả ở bên trong. Những gì chúng ta nói nãy giờ không phải là những thứ ở bên ngoài mà toàn là những gì tiềm ẩn ở bên trong mình. Mục đích của tu trong đạo Phật là gì? Không phải để một ngày nào đó mình thành Phật ngồi trên bông sen, mà chúng ta tu để thành Phật – tỉnh giác ngay trong cuộc sống của mình.

THỰC TẬP
HẠNH LÀNH

HỒI TIỂU HƯỚNG ĐẠI

Hồi hướng có bốn cách. Một trong bốn cách là hồi tiểu hướng đại – hồi cái nhỏ, nhưng hướng về cái lớn.

Khi có một rắc rối xảy ra trong gia đình, trong xã hội, ở tiệm, ở chỗ làm, thì chuyện gì xảy ra? Ví dụ, tiệm đang đông khách mà hai bà giận nhau chửi lộn. "Hồi" lại đi, xem mình là ai. Nếu mình gây ra chuyện thì tiệm mình có khách nữa không? Phải thấy cái lớn mà dẹp đi cái nhỏ. Ngã của mình là cái nhỏ, tiệm làm ăn của mình mới là cái lớn. Đây gọi là "hồi tiểu, hướng đại".

Quay về mình, thấy mình nhỏ xíu. Cho nên khi ai hỏi ý kiến Pháp Hòa về chuyện gì đó, Pháp Hòa sẽ nói "Dạ, em sẽ góp ý. Nhưng các anh chị nhớ 'ý' của em là ý của một con kiến, nên gọi là ý kiến". Nếu mình thắc mắc "Tôi góp ý mà sao không làm theo?", thì ý này là ý của một con bò, không phải con kiến. Mà tu càng lâu, sống càng lâu, mình càng phải nhỏ lại. Cũng giống như máy bay – bay càng cao thì càng phải nhỏ. Tu càng cao mà ngã càng lớn là tu sai rồi. Mình tu lâu tới chức gì đó thì cái ngã của mình phải nhỏ xuống. Ví dụ, mình làm sếp mà người ta gọi mình là "cu li"[1] thì cũng không sao hết, tại vì mình cũng từng là cu li. Bây giờ một người nào đó gọi mình bằng bác hay gọi mình bằng anh cũng không sao. Mình từng là "anh", nên bữa nay họ gọi lại danh xưng cũ của mình thôi. Đó cũng là hồi tiểu hướng đại.

Không biết quý vị có từng làm như vậy không: hai vợ chồng đang gây nhau, khách tới nhà là chuyển hướng câu chuyện liền. Vì sao? Vì mình biết cái đại thể. Gây nhau là chuyện riêng giữa hai vợ chồng, còn khách tới nhà thì mình phải lo tiếp đón. Không nên vì chuyện riêng của mình mà làm cho khách khó chịu. Cái đó gọi là hồi tiểu hướng đại.

Con mình dẫn bạn về nhà. Có thể mình không ưa một, hai người bạn của con nhưng đừng làm mất mặt con mình trước bạn của nó. Cứ nhẹ nhàng tiếp đãi, rồi khi nào khách ra về hết thì mình kêu con mình lại để dạy. Mình làm mất thể diện con mình trước mặt bạn nó là thất bại. Con mình sẽ không kính nể mình nữa. Hơn nữa, nếu như mình mắng nhiếc bạn của con, họ sẽ oán hận mình, rồi lôi kéo con mình vào con đường sa lầy hơn để trả thù mình. Đó là điều không nên. Nói theo thế gian là dại. Hồi hướng không phải là chỉ tụng xong thời kinh, "Con nguyện...". Ở đây chúng ta

---

[1] Từ gốc tiếng Pháp, có nghĩa là người lao động chân tay hay người làm công, có ý miệt thị.

phân tích để đem cái hồi hướng đó áp dụng vào cuộc sống của mình. Phải làm sao để hai từ "hồi hướng" không ở trong thời kinh mà phải thật sự đi vào đời sống của mình.

Một đại lễ Phật Đản hay Vu Lan mà vị trụ trì giận tức ai la lên thì như vậy là quên "hồi tiểu hướng đại" rồi. Và người ta sẽ nói hoài: "Trời ơi, đừng có đụng vô thầy trụ trì đó nha, ổng dữ lắm, nóng lắm đó". Ổng nóng có một buổi mà mười năm sau người ta còn nhắc. Vậy là ngọn lửa này nó cháy hoài, cháy không hết. Quý vị hiểu ý chỗ này không? Tại làm sao mà khi con nít làm toán hay viết bài, chúng ta đưa nó cây bút chì? Tại vì nó có thể viết sai và làm trật, và mình cho nó cơ hội gôm, xóa đi để viết lại. Nhưng khi mình là người lớn, mình muốn viết một lá thư hay một văn bản, mình có xài bút chì nữa không? Mình xài bút mực. Và vì bút mực rất khó tẩy, khó sửa, cho nên mình phải cẩn thận mỗi khi viết. Con nít thì người ta có thể tha thứ, còn mình đã là người lớn thì rất khó để thứ tha. Cho nên sự khác nhau giữa bút chì và bút mực là vậy thôi. Khi mới vô tu, là sa di, mình làm sai không sao hết, mình được dạy dỗ. Nhưng lên tỳ kheo rồi thì không ai động tới nữa. Cho nên mỗi hành động, mỗi bước đi của mình phải giống như một nét mực. Vì vậy người lớn cầm bút mực thì phải "cầm cân nảy mực" – câu này có ý nghĩa như vậy đó. Mình phải cân nhắc trước khi viết, còn không thì "bút sa gà chết". Hồi xưa muốn có được chữ ký của một ông quan thì người ta phải hiến một con gà. Cho nên nếu đem cái đơn tới để ổng ký, bút ổng sa xuống là con gà nhà mình phải chết.

Như vậy, "hồi tiểu hướng đại" – cách hồi hướng này quý vị thấy mình ứng dụng trong cuộc sống được không? Rất thiết thực, có phải không?

HỒI HƯỚNG

Hồi là quay trở về mình trước khi hướng về người. Pháp Hòa ví dụ: quý vị vừa đến chùa, Pháp Hòa muốn mời quý vị dùng cơm. Trước khi mời, Pháp Hòa phải chạy vô bếp giở nồi cơm coi còn không, nếu ít quá phải kêu nấu thêm. Trước khi hướng phải hồi. Mình hướng về người khác mà không hồi thì làm sao được? Trước khi hướng về ai, mình phải tự hồi về mình xem mình có đủ điều kiện đó không. Cho nên tụng xong một thời kinh, hãy quay lại hồi về mình. Nãy giờ ba nghiệp của mình thanh tịnh ít nhiều, công phu tu tập của mình cũng được ít nhiều. Và bằng tất cả tấm lòng lương thiện, lành mạnh, chúng ta xin hướng về tất cả mọi người để tất cả đều nhận được kết quả này. Cho nên hồi hướng có bốn cách:

1. **Hồi sự hướng lý.** Sự: tôi tụng một thời kinh đây. Lý: tôi gửi năng lượng, tình thương đến mọi người. Như vậy gọi là hồi sự hướng lý.

2. **Hồi nhân hướng quả.** Tôi tụng một thời kinh đây, mặc dù một thời kinh không nói lên sự tu tập gì đáng kể, nhưng ít ra trong một giờ này, tôi cũng tịnh được thân, miệng, ý của tôi. Tôi không để thân, miệng, ý của tôi tạo những điều bất thiện. Nhờ một thời kinh mà ba nghiệp của tôi thanh tịnh. Đây gọi là hồi nhân hướng quả. Ngày nào mình cũng tụng, mặc dù còn lo ra nhưng nếu nghĩ mình lo ra mà không tụng thì chừng nào mình mới tịnh. Cũng giống như mình ăn một cái bánh, còn đói thì ăn thêm cái nữa, ăn đến khi nào mình thấy no. Ăn một cái chưa no, ăn cái nữa có sao đâu, không ăn thì mãi mãi đói.

3. **Hồi tiểu hướng đại.** Tụng một thời kinh là nhỏ (tiểu), nhưng tâm lượng mình rộng lớn là đại. Một ví dụ khác, đại chúng đang yên lặng như vậy, tự nhiên bà đó đứng dậy chửi mình một câu, nhưng mình nhịn bả để không khí yên ổn. Cái đó gọi là hồi tiểu hướng đại. Mình là nhỏ, đại chúng mới là lớn. Gia đình cũng vậy, nhiều khi vợ nhịn chồng cũng là hồi tiểu hướng đại. Nếu không nhịn thì gia đình tan nát. Con cái đang học hành trong kia, nếu tui với ông gây gổ sẽ làm nó căng thẳng, không học được. Thôi bây giờ tui nhịn ông một chút, ra ngoài hít thở, kiếm việc khác làm để nhà nó yên. Cho nên đôi lúc trong cuộc sống chúng ta phải hồi tiểu hướng đại. Mình chỉ là cái nhỏ, gia đình mình là cái lớn, đại chúng là cái lớn. Mình chỉ

có một lon gạo, mình đổ thiệt nhiều nước vô nấu để mỗi người đều có được một chén nước cháo để húp – đó cũng là hồi tiểu hướng đại.

4. Hồi tự hướng tha. Tự là mình, tha là đại chúng, là mọi người. Mình sống vì mọi người thì sẽ vui, sống ích kỷ thì sẽ không vui, vì cuối cùng mình sẽ bị cô độc.

Như vậy, hồi hướng có bốn cách: hồi sự hướng lý, hồi nhân hướng quả, hồi tiểu hướng đại, hồi tự hướng tha. Cho nên một bài hồi hướng chúng ta tụng nói lên được tấm lòng từ bi, bình đẳng của mình đối với tất cả mọi người.

Thưa đại chúng, đạo Phật hay vô cùng nếu chúng ta biết ứng dụng đạo trong cuộc sống, còn nếu chúng ta không ứng dụng được thì Phật pháp chỉ là sách vở, lý thuyết.

HẠNH THẦM LẶNG

Thưa đại chúng, trong Phật giáo chúng ta có nhiều phương pháp tu tập, và phương pháp tu tập lại có nhiều hình thức khác nhau. Ngay cả trong đời sống của con người chúng ta đây, mỗi người cũng có hạnh khác nhau.

Hạnh tức là cách sống, đạo đức thiện lành ở nơi mỗi người. Một người nào đó có thể có thái độ làm mình khó chịu, nhưng nếu mình nhìn bằng con mắt quán chiếu, có trí tuệ và tình thương, thì không chừng người đó đang thể hiện một cái hạnh mà nhờ đó mình chuyển hóa. Mình nên tập quán chiếu và nhìn người khác bằng tất cả tình thương và xem đó như một hạnh để tu. Có những người có cái hạnh sâu lắng, không ồn ào, không phô trương.

Nếu chúng ta nhìn bằng tâm quán chiếu thì sẽ thấy được mật hạnh của họ.

Pháp Hòa lấy ví dụ, ở chùa đây có một người sáng Chủ nhật dậy sớm, đi xuống bếp rửa dọn, âm thầm và không khoa trương gì hết. Trong khi những người khác còn đang ngủ, người đó đã đi đổ rác, đi dọn dẹp để chuẩn bị cho một ngày sinh hoạt Chủ nhật. Chúng ta gọi đó là *mật hạnh*. Mật là gì? Mật là kín đáo. Ví dụ, chân ngôn, mật chú là những câu thần chú có tính cách mật để chúng ta hành trì. Nhưng thật ra "mật" mà không "mật", bởi vì nếu có cái nhìn sâu sắc, chúng ta có thể cảm nhận được cái mật đó.

Cho nên Phật pháp, nếu nghe loáng thoáng mình sẽ không hiểu hết đâu. Mình phải ngồi yên lắng, nghe, rồi mới cảm nhận được lời Phật. Ngay trong cuộc sống của chúng ta đây, có những người hằng ngày làm những công việc mà chúng ta coi là rất bình thường, nhưng một ngày nào đó, khi nhìn lại, chúng ta thấy việc họ làm thật sự là mật hạnh. Bao lâu nay, bao năm tháng họ vẫn kiên trì, miệt mài với công việc đó không một lời than văn. Vợ mình có thể là một người có mật hạnh. Mỗi buổi sáng, có nhiều khi mình đang còn ngủ thì bả đã dậy châm cho mình một bình trà hay làm cho mình một ly cà phê, một miếng bánh mì để mình ra là có ăn ngay. Mình kéo ghế ngồi ăn, coi đó là chuyện rất bình thường mà không nhận ra nó đã diễn ra ba chục năm rồi, không ngơi nghỉ. Ngày nào cũng vậy. Người đó có kể công không? Không. Mình cứ kéo ghế ngồi ăn và không hề nhận ra đây là một hành động đẹp từ tình thương, từ sự quan tâm.

Cho nên tu tập là nhìn trở lại, để thấy được những việc mà mọi người xung quanh làm cho mình bao nhiêu năm qua, nhẹ nhàng, ân cần, không hề than vãn, kể công hay trách móc gì. Nhìn trở lại để làm gì? Để mình trân quý họ, thương yêu họ. Để lỡ một ngày người đó không còn thì chúng ta không hối tiếc nhận ra "Trời ơi, bây giờ còn ai làm việc đó cho tôi nữa?". Mấy mươi năm trời họ làm điều đó và chúng ta không bao giờ thấy đủ. Có phải không? Thời gian sau này, Pháp Hòa không được khỏe nhiều như trước. Mấy thầy, mấy chú trong chùa biết ý, vì vậy mà mỗi khi Pháp Hòa lên ngồi tụng kinh, các vị hay rót cho Pháp Hòa một ly nước nóng để kế bên. Pháp Hòa uống hay không uống không cần biết, nhưng cứ thấy thầy lên ngồi tụng kinh là đem vô một ly nước nóng. Mỗi lần bước vô thấy ly nước, mình lại cảm thấy ai đó đang làm một mật hạnh cho mình. Mỗi khi ngồi thiền, Pháp Hòa thường dùng cái gối đó, các vị biết nên lúc nào Pháp Hòa ra ngồi tụng kinh hay ngồi thiền đều để sẵn cái gối ở đó cho Pháp Hòa. Thật ra, sống trong đời, nhất là khi sống chung với nhau, mình rất dễ bị một tập khí, đó là coi thường việc người khác làm và không thấy những cái đó là quan trọng. Nhưng những cái đó thật sự quan trọng, tại vì nếu không có họ, mình sẽ thấy hụt hẫng liền. Nếu họ không làm việc đó, mình sẽ thấy thiếu thốn, thấy trống vắng liền. Nhưng vì mình thiếu tư duy, thiếu sự nhìn lại nên không thấy.

Trong cuộc sống của chúng ta, có những người làm những việc ồn ào, chẳng hạn như người dẫn chương trình. Họ phải nói chuyện chứ, phải không? Nhưng có những người làm mật hạnh – họ đâu có được ra trước sân khấu vì công việc của họ là kéo màn, bật đèn, chỉnh âm thanh, ánh sáng... Họ không lên tiếng nhưng không có họ thì sân khấu không đẹp. Chúng ta thưởng thức âm thanh, thưởng thức ánh sáng mà nhiều khi không biết người làm ra âm thanh, ánh sáng đó là ai. Họ có mặt ở sân khấu trong giây phút đó không? Có. Không có họ thì làm sao ánh sáng, âm thanh tốt được? Đó là mật hạnh của họ.

Đôi khi mình đi làm về, vứt đôi giày ở đó nhưng chừng năm, mười phút sau, mình thấy đôi giày đã được để vào chỗ của nó. Mình lột áo khoác ra, quăng ở đó nhưng một lúc sau thấy cái áo đã được treo trên móc. Và đôi khi đem quần áo dơ quăng vô giặt xong mình quên sấy, quên xếp đồ nhưng sau đó nó đã được xếp thẳng thớm, nằm ngay ngắn trong phòng mình. Bàn tay vô hình nào làm cho mình? Có những bàn tay mật hạnh.

Cho nên trong bài tụng buổi sáng có câu: "Kim cang mật tích, kình sơn trì xử, biến hư không giới". (Quý vị nào có công phu sáng thì sẽ nghe bài này.) Kim cang mật tích là gì? Là những vị thần, những vị Bồ Tát, những vị được coi là hộ trì cho mình. Nhiều khi họ làm những việc lớn, như bê cả một ngọn núi (kình sơn), nhưng nhiều khi họ cũng làm những việc rất nhỏ, như cầm cây chày (trì xử). Nhưng họ đều là những kim cang mật tích. Có người làm những việc lớn, cũng có người chỉ làm công việc quét dọn nhưng là những người không thể thiếu trong xã hội.

Mới hồi sáng này trên đường đi, một vị Phật tử nói đảo này năm nay tấp nập du khách trở lại, giống như ba năm trước. Pháp Hòa nói: "Phải vậy chứ". Tại vì chúng ta là chúng sanh. Chúng sanh là gì? Nương nhau mà sống. Những người dân ở đây có công ăn việc làm là nhờ du khách. Du khách có đổ về đây thì công ăn việc làm của mình mới tốt, phải không? Khi họ trở về nơi sinh sống của họ, họ cũng nhờ vào sự hỗ trợ của những người khác để sống. Chúng ta đều nương nhờ vào xã hội. Ví dụ, mình tổ chức khóa tu ở đây. Mỗi năm Phật tử các nơi đổ về, các hãng vé máy bay cũng nhờ chùa, nhờ khóa tu mà có thêm công ăn việc làm. Chúng sanh là gì? Là chúng do duyên sanh. Tất cả chúng ta đều do nhân duyên, nương tựa nhau mà sống. Nếu mình thích ăn món đó, mặc trang phục đó mà không ai làm ra, làm sao mình có được để ăn, để mặc, cho dù mình có tiền? Cho nên mình phải thấy được sự liên đới đó và chấp tay ghi nhận, rằng những người xung quanh mình đều có những hạnh bí mật mà mình không thể nói hết được.

Có những việc làm rất thầm lặng. Pháp Hòa thường thức dậy sớm, ngồi ở bàn làm việc. Từ phòng Pháp Hòa nhìn ra là thùng rác của chùa, cho nên lúc trời còn chạng vạng, mình mới ngủ dậy, chưa mở màn, chưa làm gì hết thì đã nghe tiếng xe rác. Nghe tiếng xe thắng lại là Pháp Hòa biết xe rác tới. Và nhiều lúc, khoảng sáu giờ sáng, Pháp Hòa nghe tiếng xúc tuyết, nhìn ra thì thấy một chú Phật tử. Trước khi đi làm, chú đó tấp vô chùa cào tuyết giùm. Trong những giây phút đó, mình thật sự cảm thấy trân quý, thấy nhiều người có những mật hạnh.

Vậy hạnh là gì? Là việc làm, hành động... và tất cả mọi người chúng ta đều có những hạnh khác nhau. Có những người có hạnh phát nguyện – cúng gạo, cúng nước, cúng dầu ăn cho chùa. Có người phát nguyện đến những nhà dưỡng lão bón cơm cho người già ăn, trò chuyện với người già. Mình không hay biết việc đó vì họ đâu có nói, nhưng khi biết được, mình thấy việc làm của họ thật sự quá cao đẹp. Hôm rồi, Pháp Hòa dự tang lễ của một em còn trẻ lắm, chỉ khoảng hai mươi lăm tuổi. Có hơn năm trăm người tới dự lễ tang, đông nghẹt. Quý vị biết không, rất nhiều người lên chia sẻ những việc làm của em đó, biết bao nhiêu việc mà cha mẹ em đó bây giờ mới biết. "Bao lâu nay con mình nó sống quá hay, quá đẹp với bên ngoài mà mình không biết." Tại sao? Tại vì em đó không bao giờ khoe mình đã đối tốt với mọi người.

Cho nên thưa đại chúng, Pháp Hòa nói như vậy để chúng ta đừng bao giờ coi thường hay hắt hủi ai, mà hãy nhìn mọi người bằng con mắt chánh niệm, biết ơn. Mọi thứ ở đây không phải tự nhiên được sạch sẽ. Phải có người làm mới được như vậy, chỉ vì mình không hay biết thôi. Những việc làm đó là Phật pháp.

Phật có một vị đệ tử là ngài La Hầu La. Quý vị biết ngài La Hầu La không? Ngài là con của thái tử Sĩ Đạt Đa, tức Phật Thích Ca. Trước khi xuất gia, thái tử Sĩ Đạt Đa có một người con trai. Khi Phật rời kinh thành đi tu, ngài La Hầu La còn nhỏ lắm. Đến khi bảy tuổi, La Hầu La gặp được Phật và xin xuất gia. Đức Phật biết không thể để La Hầu La gần mình được vì cậu bé có thể ỷ lại mình là con của Phật và sẽ không tu tập miên mật được. Vì vậy, Phật giao ngài La Hầu La cho ngài Xá Lợi Phất chăm sóc. Nhưng La Hầu La có một cái bệnh, đó là bệnh nói dối. Những lần La Hầu La nói dối, các vị đều nói cho Phật biết việc này. Cho nên một ngày nọ, đức Phật gọi La Hầu La tới. Phật bảo La Hầu La đi lấy một cái chậu sạch. Ngài hỏi La Hầu La: "Này La Hầu La, cái chậu sành này có thể đựng thức ăn được không?". "Dạ được, thưa đức Thế Tôn." "La Hầu La, hãy đổ nước vào đây". Sau khi đặt chân vào chậu và rửa chân xong, Phật nói: "La Hầu La, bây giờ nước này có thể uống không?". "Bạch đức Thế Tôn, nước này trước khi rửa chân có thể uống, sau khi rửa chân rồi thì dơ, không thể uống." Đức Phật nói: "Vậy thì đổ nước này đi". Sau khi La Hầu La bưng chậu đổ nước đi, đức Phật hỏi: "Này La Hầu La, bây giờ chậu sành này có thể đựng thức ăn không?". "Bạch đức Thế Tôn, chậu này trước khi đức Thế Tôn dùng để rửa chân thì đựng gì cũng được nhưng bây giờ chỉ có thể đựng nước rửa chân, không dùng được vào việc gì khác." Đức Phật ném cái chậu vô góc tường, khiến nó bể và hỏi La Hầu La: "Này La Hầu La, bây giờ cái chậu này còn dùng được không?". "Bạch đức Thế Tôn, trước khi cái chậu bị bể, ít nhất nó còn đựng được nước rửa chân, nhưng khi đã bể rồi thì nó không dùng được vào việc gì nữa." Đức Phật nói: "Này La Hầu La, một người đã nói dối thì người khác không tin họ được nữa. Này La Hầu La, con còn nhỏ, đừng tập cho mình thói quen nói dối. Con nên sám hối. Mà việc nói dối của con là việc làm thầm kín ở trong lòng, vì vậy khi sám hối, con cũng nên sám hối một cách thầm kín, bằng mật hạnh.

Có như vậy, con mới tẩy sạch được tật nói dối này". Sau này, trong bốn mươi hai đệ tử được đức Phật xác định là những vị đệ nhất – ví dụ như ngài Ca Diếp là đệ nhất khổ hạnh, ngài Kiều Trần Như là đệ nhất pháp lạc, ngài Mục Kiền Liên là đệ nhất thần thông – ngài La Hầu La là đệ nhất mật hạnh. Mật hạnh được coi là một phương pháp sám hối kể từ khi đức Phật dùng cái chậu đó để khai thị cho ngài La Hầu La. Ngài La Hầu La đã hiểu được lời Phật và chí tâm sám hối. Và trong suốt cuộc đời mình, ngài La Hầu La tu mật hạnh chứ không bao giờ phô trương. Vì sao? Để nói lên tâm nguyện, chí nguyện tu tập của mình.

Chúng ta cũng vậy. Khi quý vị nguyện thực hành giới không sát sanh mỗi tháng một hoặc hai lần, vị thầy tụng giới tụng cho quý vị nghe: "Đây là giới thứ nhất: Ý thức được rằng khổ đau trong cuộc sống là do giết hại mà ra, con nguyện nuôi dưỡng lòng từ bi, không giết hại sinh vật. Chẳng những con không làm mà con còn không khuyến khích, tán thành mọi sự giết hại dù là trong tâm tưởng của con". Đó là giới thứ nhất. Khi được hỏi: "Trong tháng qua, quý vị có học hỏi và hành trì giới ấy hay không?", quý vị không cần phải trả lời "Dạ có". Cứ trả lời thật lòng: "Dạ, có chút chút". Tự mình phải biết có hay không để trả lời, hoặc xin im lặng không trả lời, vì mật hạnh của mình là ở chỗ đó.

Ví dụ mình là một Phật tử đang ở trong một khóa tu. Buổi tối trước khi đi ngủ, mình dạo một vòng coi cửa nào chưa đóng, chưa khóa, mình đóng, khóa lại. Ai bày dọn thức ăn ra quên cất vô tủ lạnh, mình cất vô tủ lạnh. Mình làm những việc đó mà không cần phô trương. Trong lòng mình tự nghĩ: "Mình cất cái này để nó không hư, để ngày mai đại chúng có cái ăn". Hoặc ai đó đã nấu một nồi chè và đang để cho nguội chứ chưa cất vô tủ lạnh. Mình sờ tay vào nồi chè thấy nguội rồi, mình đem cất vô tủ lạnh. Mình không cần phải đánh trống, la làng: "Nè nè, tui cất nồi chè rồi nha". Sáng ra người kia nói: "Trời, ai dễ thương quá, cất giùm tui nồi chè", mình nói: "Tui đây chứ ai!". Người kia khen mình dễ thương quá. Quý vị hiểu được chỗ mật hạnh này không? Đó là mật hạnh của ngài La Hầu La.

Trong cuộc sống của chúng ta, mỗi người có một hạnh. Trong số các đệ tử của Phật có một vị tôn giả tên là Tu Bồ Đề. Trong kinh, đức Phật xác định ngài Tu Bồ Đề là người giải không bậc nhất. Giải không là gì? Là ngài có thể nhìn các pháp và thấy được nhân duyên kết hợp của nó. Tức là ngài lý giải được bản chất tạm bợ của pháp. Hạnh của ngài Tu Bồ Đề là ngồi thiền. Một hôm, đức Phật đi thuyết pháp về. Các thầy tranh nhau ra đầu ngõ – ai cũng muốn là người đầu tiên đón Phật. Khi Phật vô tới và các ngài đã an vị, một người chắp tay: "Bạch đức Thế Tôn, bữa nay con thật may mắn là người đầu tiên đón đức Phật trở về sau buổi thuyết pháp". Phật nói: "Thưa không, các vị không phải là người đầu tiên tiếp đón tôi". "Vị đó đó", Phật chỉ ngài Tu Bồ Đề, "người đang ngồi thiền đó là người đầu tiên tiếp đón tôi, bằng mật hạnh của mình. Vị đó ngồi thiền trong tĩnh lặng, trong hân hoan và tâm tư hướng Phật".

Cho nên khi làm một việc gì, mình nên nhìn lại xem tâm của mình có tương đồng không. Ví dụ khi mình giúp một người, về hình tướng[1] thì mình có giúp người đó, nhưng tâm mình giúp vì tình thương hay tâm mình giúp vì danh? Nếu giúp vì tình thương thì mật hạnh này trọn vẹn, còn giúp vì danh thì chỉ 50% thôi, tức là chưa trọn cái tâm.

---

[1] Hình tướng: biểu hiện ở bên ngoài.

AI CŨNG
CÓ THỂ BỐ THÍ

T hưa đại chúng, là Phật tử hay không phải là Phật tử, chúng ta đều biết chữ "bố thí". Từ này dịch sang tiếng Anh là "giving", "sharing" hay "charity". Bố thí có nghĩa là cho một cách rộng rãi. Nhiều người nghĩ phải có tiền mới bố thí được, nhưng thật ra, bất kể chúng ta bố thí thứ gì, nếu chúng ta không có tấm lòng thì sự bố thí đó chưa trọn vẹn.

Pháp Hòa nhớ nhạc sĩ Trịnh Công Sơn có câu hát: "Sống trong đời sống, cần có một tấm lòng. Để làm gì, em biết không? Để gió... cuốn... đi...". Cuộc đời thật sự là vậy thôi, cuối cùng thì gió cũng cuốn nó trôi đi. Nhưng dù như vậy, trước khi trôi đi nó cũng đã làm gì? "Để làm gì, em biết không?" Nghe câu hỏi, mình tưởng câu trả lời phải nói tới chuyện gì quan trọng lắm, để thế này, để thế kia. Nhưng câu trả lời chỉ đơn giản là "Để gió cuốn đi". Đó là một thiền ngữ.

Một hôm có một người đến gặp và hỏi Phật: "Bạch đức Thế Tôn, tại sao con nghèo hoài thế này?". Đức Phật trả lời: "Vì con chưa học cách bố thí". "Con không có gì để bố thí hết." (Người này nghĩ rằng phải có tiền mới bố thí được.) Phật dạy rằng cho dù không có tiền, chúng ta vẫn có những cái sau đây có thể bố thí:

Thứ nhất là *nhan thí*. Nhan thí là gì? Không phải là cây nhang. Nhan là sắc diện. Sắc diện của mình là gì? Là nụ cười. Bố thí nụ cười được không? Được. Vì nụ cười thường làm người khác dễ chịu. Bố thí nhan là cho người ta nụ cười. Nhưng ở đời có nhiều kiểu cười lắm. Có nụ cười hoan hỉ, có nụ cười khinh chê, có nụ cười mỉa mai, có nụ cười đắc chí – thấy người khác khổ mình cười đắc chí... Cho nên vui tánh là tốt, nhưng phải biết vui đúng chỗ. Tới đám tang, gia đình người ta có người thân mất, khổ gần chết mà mình cứ ngồi đó nói tếu, nói giỡn thì không được. Nhan thí là cho người khác nụ cười cùng với cái nhìn của mình.

Thứ hai là *ngôn thí*. Ngôn thí là gì? Là lời nói nhẹ nhàng, ái ngữ. Cái này mình làm được. Ví dụ, an ủi người khác. Cho nên mình ngôn thí mỗi khi gặp nhau. Nếu gặp ở chùa thì "Mô Phật, chào quý vị", nếu gặp ở ngoài đường thì "Hello".

Tại sao gặp người lạ ở ngoài đường thì mình chào được, mà gặp người ở trong cùng cộng đồng, mình không chào được? Tức là mình bị vướng cái gì? Mình bị vướng cái chấp.

Cái chấp ngăn che mình. "Người đó không chào tui, mắc gì tui phải chào lại!" Như vậy là mình chưa ngôn thí. Người ta không chào mình, mình chào họ mới là phi thường. Còn người ta không chào mình, mình không chào lại thì tầm thường quá. Cho nên đặc biệt là ở chỗ chúng ta vượt lên cái bình thường. Như vậy nhà Phật gọi là thù thắng. Cái gì vượt hơn cái bình thường là thù thắng. Ví dụ, một người có lỗi với mình, mình mắng họ. Như vậy là bình thường. Dù mình có mắng họ, họ cũng sẽ im lặng chịu nghe mình mắng, vì đó rõ ràng là lỗi của họ. Nhưng mình không làm cái bình thường đó, mình không mắng họ.

Có một vị hòa thượng. Hòa thượng có một bình xông trầm từ thời vua chúa, quý lắm. Một hôm hòa thượng đi vắng, chú đệ tử ở nhà lau chùi, làm nó rớt bể. Chú sợ quá chừng, vì chú biết hòa thượng rất thích chiếc bình xông trầm đó. Ban đầu chú định giấu, nhưng sợ hòa thượng biết thì không hay nên cuối cùng chú đệ tử chuẩn bị tinh thần để nghe thầy mắng. "Thầy có mắng mình ba ngày, ba đêm hay ba tháng mười ngày, mình cũng phải chịu." Nhưng khi hòa thượng về, nghe chú đệ tử trình bày xong, hòa thượng nói: "Bể rồi thì thôi. Của cải vô thường mà. Thầy rồi cũng sẽ chết chứ có sống hoài để giữ nó đâu. Thì thôi nó đi trước thầy để thầy khỏi luyến tiếc". Chú đệ tử nghe thầy nói vậy cảm thấy tâm mình nhẹ ra liền.

Trong cuộc sống của mình có những "sự việc đã rồi" như vậy, và phản ứng tự nhiên của mình thường là "Chết rồi, trời ơi…", rồi mình suy diễn cái này là thế này, cái này là thế kia. Đó là cách phản ứng bình thường của mình. Nhưng mình phải làm sao để ngay lúc đó mình trấn tĩnh lại liền. Đừng để sự sợ hãi của người đó gia tăng theo lời mình nói. Họ làm đổ bể, họ đã sợ rồi mà mình còn đôn đốc thêm, tưới tẩm thêm nỗi sợ đó. Như vậy là thiếu loại bố thí thứ ba: vô úy thí.

Vô úy thí là cho người khác sự không sợ hãi. Có một chú Phật tử, chú lên đây để thay gan. Trước khi đi, chú nhắn qua mail, báo tin là "Con lên đây để thay gan". Lúc đó Pháp Hòa đang ở Mỹ, không kịp về thăm chú. Khi về tới chùa, Pháp Hòa gọi hỏi thăm thì người nhà nói chú vẫn chưa tỉnh. Từ hôm đó tới bữa nay là mười ngày rồi. Chút nữa làm lễ xong, Pháp Hòa sẽ đi thăm chú. Lúc mới bị bệnh, chú sợ lắm. Mỗi lần như vậy là chú gọi điện thoại nói chuyện và Pháp Hòa an ủi chú. Pháp Hòa đem trường hợp người này, người kia bị bệnh ra làm ví dụ để chú an tâm. Chứ người ta đã bệnh vậy, mình còn nói "Trời ơi, bệnh này nguy hiểm lắm. Tui thấy rồi, mười người bị thì cả mười người đều không qua khỏi"... Cũng là nói thật đó, nhưng mình phải có hiểu biết. Đạo Phật nói lẽ thật nhưng sau đó cho mình phương pháp để thực tập, thoát cái khổ đó. Cho nên mình mới có nhan thí, ngôn thí.

Ngôn tức là ngôn từ của mình trong đời sống. Cái này không quá khó với mình. Đặc biệt, nếu mình là Phật tử có học Phật, có nghe Phật, có thấm Phật, có thực hành theo lời Phật, mình chắc chắn không thiếu cái này. Bởi vì trong bốn cách thu nhiếp người khác, có một cách gọi là ái ngữ.

Ái ngữ có nghĩa là mình phải dùng lời nói từ ái. Giống như hồi mình còn nhỏ ở Việt Nam hay bây giờ cũng vậy, nếu thấy một đứa con nít còn nhỏ quá mà cha, mẹ hay ông bà mất, mình biết nó thương người đó lắm nên mình đâu có nói thật cho nó biết là người đó chết, phải không? Tại vì nó chưa có khái niệm chết trong đầu. Mình nên nói sao với nó? "Ông nội lên trời rồi. Ông nội đi xa rồi". Từ từ lớn lên nhận thức được, nó sẽ hiểu.

Thứ tư là *tâm thí*. Tâm thí là bố thí tâm từ ái của mình. Nhiều khi mình không có tiền của để cho một người nào đó, nhưng mình có thể cho họ cái tâm của mình. Tâm thí là cho người khác tấm lòng của mình. Một hòa thượng đang đi trên đường thì gặp cướp. Nó đẩy hòa thượng vô một góc và dọa đánh ngài. Hòa thượng ngồi xuống khóc. "Trời, hòa thượng này tu mà nhát gan quá. Tui mới nhá mà ông đã khóc rồi." Hòa thượng nói: "Không, tui tu rồi còn sợ gì nữa. Tui khóc vì thương mấy ông – còn trẻ mà không lo làm ăn lương thiện, lại lôi kéo cả người khác theo mình làm ăn cướp. Đời này mấy ông làm khổ mẹ cha, làm khổ gia đình. Không những hiện tại, tương lai đều mất mà khi chết còn bị đọa lạc nữa. Tui khóc là khóc thương cho cuộc đời mấy ông chứ một mình tui, tui chết có sao đâu". Nghe hòa thượng nói vậy, cả đám cướp bỏ dao xuống, sám hối và trở về nhà tu chí làm ăn. Quý vị thấy đó, đôi khi chúng ta khóc vì lòng từ bi.

Cho nên nếu đi trên đường thấy một con sóc hay con nai bị xe đụng chết hay một con vật sắp chết, quý vị hãy nhắm mắt lại nguyện cho con vật đó sớm được sanh về cõi lành. Thấy bất cứ ai đau khổ hay gặp bất cứ chuyện gì, dù họ là người thiện, lành hay không, mình cũng cầu nguyện được cho họ. Cho nên nếu thấy được điểm này, chúng ta sẽ rộng lòng bố thí.

Quý Phật tử cũng đừng nên có quan niệm có tiền mới đi chùa được. Đâu phải chùa chỉ cần tiền. Không có tiền cúng dường, mình vẫn có thể đến chùa để làm việc thiện nguyện, để tu tập, để khuyến tấn[1] những bạn đồng tu khác. Bây giờ quý vị thử nghĩ xem, nếu người ta tới chùa thật đông mà không ai ngôn thí, ai cũng nói chuyện khó nghe thì từ từ người ta cũng bỏ, không tới chùa nữa. Cho nên mỗi chúng ta đều góp phần vào việc cúng dường, đều đóng góp cho tam bảo.

Nhan thí là cho nụ cười, ngôn thí là cho lời nói, tâm thí là cho tấm lòng của mình, còn *nhãn thí* là cho ánh mắt của mình. Ánh mắt của mình cũng nguy hiểm lắm đó. Nhiều khi vì cách mình nhìn người ta mà người ta ngại không dám đi chùa nữa.

Như vậy, nhãn thí là cho người khác cách nhìn của mình. Nhưng thường thì sau khi luyện cho con mắt này rồi, mình cũng phải trở lại luyện tâm. Tại vì tâm mình thế nào thì ánh mắt mình nhìn sẽ ra như vậy. Câu "Đôi mắt là cửa sổ của tâm hồn" là vậy đó, nó biểu lộ hết. Khi mình tức giận, đôi mắt của mình biểu lộ sự tức giận. Khi mình vui, đôi mắt của mình cũng ánh lên niềm vui, nhưng khi mình

---

[1] Khuyến tấn: hỗ trợ, khuyến khích, động viên.

cố gượng cười, đôi mắt của mình sẽ không cười nổi. Vì vậy người ta nói: "Chị này/Anh này cười cỡ nào thì mắt cũng không cười nha". Cho nên nhãn thí cũng quan trọng.

Ví dụ, một đứa con nít đang nhõng nhẽo và mình muốn nó nín, mình thường làm gì? Mình trừng mắt với nó, phải không? Thấy mình trừng, sợ quá nên nó nín. Người lớn cũng vậy, nhiều khi có người trừng mình một cái, mình im re, chứ không thì mình tung tỏa ra hết. Có những người chỉ cần nhìn là đủ, nhưng có những người phải trừng mới hiểu. Nhìn hay trừng như vậy đều xuất phát từ tấm lòng. Quan trọng là tấm lòng, là nhãn thí.

Loại bố thí thứ năm là *thân thí*. Thân thí là gì? Là mình dùng thân này giúp đỡ cho người. Loại thân thí này, mình cũng làm được. Có một câu chuyện về một vị hòa thượng ở Hàn Quốc. Một hôm, vào nửa đêm, người đệ tử thấy thầy mình ẩm về phòng một cô gái. Sau đó ngài đóng cửa phòng không cho ai vô hết. Tới bữa cơm, ngài cũng ăn ở trong đó. Vì vậy, khi có khách tới tìm hòa thượng, người đệ tử cũng không dám để cho khách vô. Nhưng sau đó, người đệ tử nghĩ: "Dù sao đi nữa, mình cũng phải làm ra lẽ với sư phụ". Cho nên một hôm, người đệ tử tông cửa xông vào. Vị đệ tử đó la làng lên và nói nhiều lời thất lễ với thầy mình. Nghe thấy những lời này, cô gái đang nằm trên giường xoay người lại nhìn. Lúc đó, người đệ tử mới quỳ xuống, nói: "Thưa thầy, con đã nói những lời vô lễ với thầy. Bây giờ con xin rút lại những lời đó. Cái sai thuộc về con hết". Quý vị biết tại sao không? Vì cô gái đó bị bệnh phong. Thấy cô đó nằm ở ngoài đường không ai giúp, hòa thượng mới ẳm cô về chăm sóc, nhưng vì sợ đại chúng ghê sợ bệnh tật của cổ nên ngài đưa cổ về phòng để không ai thấy. Như vậy, thân thí có nghĩa là mình đem hết khả năng của mình để giúp đỡ cho người.

Đức Phật còn giảng nhiều kiểu bố thí lắm nhưng vì thời gian có hạn nên Pháp Hòa chỉ giới thiệu năm loại bố thí. Điều quan trọng là mỗi ngày chúng ta hướng tâm mình đi lên: hướng thượng, hướng thiện, hướng giải thoát.

Ý NGHĨA CỦA VIỆC PHÓNG SINH

Thưa đại chúng, trước hết Pháp Hòa xin xác định phóng sinh không phải là để cho con vật đi đầu thai. Thật ra, trước tiên mình phải đặt câu hỏi: Tại sao phải phóng sinh? Phóng sinh nghĩa là gì? Phóng sinh làm sao cho đúng?

Thứ nhất, bởi vì đạo Phật là đạo từ bi, luôn khuyến khích mọi người bảo hộ sự sống, không giết chóc. Ngay cả giới thứ nhất mà Phật tử thọ[1] cũng là *không sát sinh*. Nghĩa là mình ý thức được sự khổ đau của việc giết hại. "Con nguyện nuôi dưỡng lòng từ bi, không giết hại các loài sinh vật, sinh mạng. Con tự mình không làm. Con cũng không khuyến khích người làm. Con cũng không thấy người làm mà vui theo".

---

[1] Người Phật tử thọ năm giới khi quy y theo đạo Phật.

Như vậy trong việc sát sinh có ba điều cần lưu ý: tự mình không làm, không khuyến khích người làm, và cũng không vui theo việc làm của người. Vậy phóng sinh là để thể hiện giới thứ nhất của chúng ta, là không sát sinh và bảo hộ sự sống. Mà bảo hộ sự sống là: ví dụ, trên đường đi chợ, chúng ta thấy người ta đang bán cá, bán chim, bán rùa hay bất cứ con gì, chúng ta tình cờ gặp, đúng duyên, và chúng ta mua để thả. Đó mới là hiểu ý nghĩa và làm đúng cách. Còn nếu mình đi ra chợ và kêu: "Mai tui cần 500 con cá để thả, chị nhớ kiếm cho tui 500 con" thì một mặt mình phóng sinh, một mặt khác mình kêu người ta đi bắt – như vậy thì không đúng. Cho nên nhiều vị muốn phóng sinh bằng hình thức để mình được tiếng là "vua phóng sinh", là rất giỏi trong việc phóng sinh. Mình có thể phóng sinh mỗi lần hàng ngàn, hàng chục ngàn con cá hay con này, con kia, nhưng thật ra mình toàn đi mua. Về hình tướng thì mình có làm, nhưng về ý nghĩa thì mình không đúng. Và cách thức mình làm cũng không đúng. Mình đâu thể nào đi mua của người ta rồi thả như vậy được. Đó là chưa kể họ bắt xong rồi họ nhốt hàng trăm con chim trong lồng. Mà phải chi mua xong thả liền đi, không, mình xách lên chùa, rồi nhờ thầy "phù" vô đó thêm một lúc nữa. Để gọi là có chú nguyện. Đâu có cần thầy chú nguyện, mình tự "thím" nguyện cũng được. "Chú" không được thì "thím". Mua một cái lồng chim hai trăm con, xách về tới chùa, gặp lúc chùa đóng cửa ngủ trưa, thế là mình ngồi chờ. Trời thì nắng, trưa trờ trưa trật, hai trăm con chim trong lồng nó nheo nhóc, nó khổ sở: "Bà có tha cho tui thì tha lẹ đi. Tui chờ bà mở

CHIA SẺ TỪ TRÁI TIM

cái lồng, tui khổ quá!". Nó nói tiếng của nó nha, nó kêu chiêm chiếp vậy đó. Cho nên hồi ở Việt Nam, quý vị có nghe chuyện con gà chửi thầy tu chưa? Con gà nó vô chùa ăn lúa, ông thầy tu lấy cây phang nó, rượt nó. Nó vừa đi vừa chửi: "Trọc, trọc, trọc... mà ácccc...". Chim trong lồng nó cũng nói y như vậy đó.

Cho nên ý nghĩa của phóng sinh là cho con vật sự sống. Và cách đúng nhất là chúng ta ra chợ, không bảo gì ai hết, cứ gặp đúng duyên thì mình làm. Mua rồi lập tức thả. Ví dụ, mình mua rồi đi tới chỗ nào không có người săn bắt, trống trải một chút, mình tự nói: "Hôm nay đủ duyên, tôi mua các vị tôi phóng sinh, cho quý vị được sống. Nguyện đời kiếp nào quý vị cũng gặp được Phật pháp để thoát kiếp". Tự mình chú nguyện, không cần sư thầy, sư cô nào cả.

Bây giờ mình nói ý nghĩa rộng của việc phóng sinh. Phóng là cho, sinh là sự sống. Phóng sinh là cho người ta sự sống. Mình không có cơ duyên phóng sinh con rùa, con cá, con chim. Người sống đây nè, còn vô số người cần sự sống. Cho họ cơm ăn, áo mặc, đời sống tốt cũng là phóng sinh rồi, chứ đâu có nhất thiết mình phải phóng sinh bằng con chim, con cá. Có người hỏi: "Thưa thầy, phóng sinh con gì thì tốt?". Trả lời: "Con gì cũng cần sống, huống chi là con người". Một người khác hỏi: "Có người nói phóng sinh chim rất tốt, thưa thầy tốt chỗ nào? Như vậy có đúng không? Ý nghĩa phóng sinh chim là gì?". Ý nghĩa là chim nó bay. Thưa đại chúng, mình là một Phật tử, nếu mình làm một việc thiện mà không hiểu được việc mình làm thì mình vẫn có phước, nhưng phước đó chưa viên mãn.

Tại sao gọi là Ba-la-mật? Ba-la-mật trong tiếng Phạn là viên mãn, là rốt ráo, là trọn vẹn. Nếu làm một việc gì cho người khác mà mình bắt họ khổ sở với mình thì việc tốt đó chưa trọn. Trước khi cho người ta năm đồng, mình bắt họ ngồi nghe mình giảng đạo, giảng xong rồi mới cho. Trời ơi, nhiều khi người ta khổ, người ta ngồi chờ năm đồng đó của mình. Cho nên phóng sinh là việc tốt nhưng phải biết cách. Biết cách làm thì phước càng thêm phước. Còn không biết cách làm thì trong cái phước đó có một phần nghiệp. Là do mình không hiểu được ý nghĩa. Thật ra đây không phải là lỗi của mình. Tại vì mình chưa hiểu ý nghĩa thôi. Còn trên phương diện phóng sinh, phóng con nào cũng được hết. Ví dụ bây giờ mình hỏi: "Thầy ơi, giúp đàn ông tốt hay giúp đàn bà tốt?". "Đàn" nào khổ, mình giúp cũng tốt hết. "Đàn" nào cũng cần mình giúp. Cho nên phóng bất cứ loài sinh vật nào cũng tốt, nhưng phải làm cho đúng. Làm như thế nào là đúng? Là gặp duyên thì chúng ta mua, chúng ta thả. Không cần mang về chùa. Và cũng đừng nghĩ rằng mình phải tổ chức những đợt phóng sinh ồ ạt, ví dụ quy định một tháng phóng 10.000 con chim. Nghe trên báo chí, nghe trên tin tức mình thấy hay vậy đó, nhưng mà kiếm ở đâu ra 10.000 con nếu không đặt trước, phải không? Như vậy là mình xúi người ta làm cái việc đó.

Thứ hai, nếu mình mua những con cá mình thả mà không đúng nguồn nước để nó có thể sống, mình có chắc mình phóng sinh được không? Pháp Hòa lấy ví dụ, con cá đó sống ở nước mặn mà mình mua về thả trong nước ngọt, làm sao nó sống nổi? Hoặc con cá đó là cá cảnh, mình đem thả xuống sông. Mình vừa thả xong, mấy con cá lớn reo mừng: "Mô Phật, cảm ơn ở trển quá nha. Bữa nay ở trển cúng dường cho mình quá trời quá đất". Tại con cá lớn nó ăn con cá nhỏ, mà mua cá lớn sẽ không được nhiều nên mình mua cá nhỏ. Nếu mình thả cá nhỏ vô trúng khúc sông có quá trời cá lớn thì coi như bữa đó mấy con cá lớn ở đó no bụng. Cho nên trong việc phóng sinh của mình, mình phải có cái quán chiếu, có cái nhìn thì việc phóng sinh mới đúng ý nghĩa.

Pháp Hòa không bài bác chuyện phóng sinh, nhưng mình phải làm cho đúng cách – không bao giờ đặt người ta bắt. Không phải mua chim, mua cá mới gọi là phóng sinh. Mà ý nghĩa của phóng sinh là chúng ta cho các sinh vật sự sống. Ngoài con vật còn có con người. Con người xung quanh mình, họ cũng đói khổ dữ lắm. Nếu mình có thể giúp họ thì việc đó cũng có ý nghĩa tương đồng với việc phóng sinh mà thậm chí còn mang lại lợi lạc lớn nữa. Tại vì con người đó, nếu họ sống còn, có học, có hành, họ sẽ làm được nhiều việc lợi ích cho đời, cho người. Cho nên phải hiểu được ý nghĩa như vậy thì mình mới làm việc đó một cách đúng đắn.

ĂN CHAY

Trong thực tế cuộc sống hiện nay, Phật tử tại gia không nhất thiết phải ăn chay trường. Quý vị có thể ăn theo kỳ: hai ngày hoặc bốn ngày mỗi tháng tùy theo khả năng của mình. Nhưng vào ngày thường, dù ăn mặn, chúng ta cũng không nên ăn những con vật mà phần đông xã hội cho rằng không nên ăn. Ví dụ, mọi người ăn gà, vịt, heo, bò, còn mình ăn óc khỉ, uống máu rắn – những thứ mình nói là ăn cho bổ, cho khỏe. Quý vị có biết để bắt được những con vật quý hiếm mà mình cho là bổ như vậy, người ta phải đổ biết bao nhiêu công sức, thậm chí đánh đổi cả mạng sống không? Người ta đi bắt những con vật đó về bán cho người có nhu cầu. Vì tìm kiếm để bắt con gì đó cho mình mà họ mất mạng – vì rơi từ trên núi, vì bị chìm hay trượt chân té xuống biển. Mình ăn chi mấy con đó, bổ được bao nhiêu, sống lâu được bao nhiêu? Cho dù mình sống thọ đến bảy, tám trăm tuổi đi nữa mà sống như vậy thì buồn lắm – lo chôn cất hết người này tới người kia mà chờ hoài chưa tới lượt mình. Cho nên việc đó không cần thiết. Sống như vậy cũng không phải là chánh mạng. Pháp Hòa nói gần gũi một chút để chúng ta thấy thế nào là chánh mạng.

Phật giáo không bắt buộc mình ăn chay trường, chỉ khuyến khích thôi. Ăn chay trường được thì rất tốt, nhưng nếu chưa ăn được, mình cũng không có tội lỗi gì hết. Bởi vì cái chính yếu mà Phật giáo hay đức Phật muốn hướng dẫn cho hàng ngũ cư sĩ tại gia là gì? Là giữ năm giới cho tròn: 1) Không sát sanh, 2) Không trộm cắp, 3) Không tà hạnh, ngoại tình, 4) Không lừa gạt, dối trá, 5) Không rượu chè, cờ bạc, bê tha. Giữ được năm giới đó, mình giữ vững được nền móng hạnh phúc gia đình, giữ được đạo đức căn bản của một con người. Cho nên giữ giới cũng là chánh mạng – một trong tám con đường chân chánh để mình có được niết bàn an vui. Một Phật tử kể cho Pháp Hòa nghe là chỉ một lần ăn ếch mà họ bị ám ảnh cho tới bây giờ, không bao giờ ăn nữa: khi bị cho vô nồi, con ếch nóng quá, nhảy lên rồi chắp tay lại. Nhiều Phật tử kể khi mình nắm con gà rồi cắt cổ nó, nó đau quá, hai con mắt trợn lên. Khi đã thấy cặp mắt của nó, mình sẽ bị ám ảnh suốt cuộc đời.

Ở đây mình ít thấy những hình ảnh đó, cho nên khi qua đây, nghiệp sát sanh của mình cũng giảm bớt được phần nào. Tại vì ở Việt Nam mình ăn đồ tươi không à.

Cá lóc đang sống khỏe mạnh vậy, mình đem về đập đầu, nó giãy giụa rồi mới chết. Pháp Hòa nhớ sư bà Hải Triều Âm có nói: "Nếu quán xét lại, nhìn cho kỹ, nghĩ cho sâu, rõ ràng mình là một người hành xác ở dưới địa ngục". Mình vô tình đóng vai một ngục tốt hay quỷ sứ ở địa ngục mà người ta hay diễn tả: moi ruột, móc gan, đập đầu của những người trả nghiệp. Qua đây rồi, mình giảm được cái đó – ăn những thứ được chế biến sẵn.

Cho nên Pháp Hòa chỉ muốn thưa là không phải ăn chay trường mới gọi là tu, nhưng mình nên thể hiện tâm từ của mình bằng cách ăn chay theo kỳ. Ngoài ra, nếu mình còn ăn mặn thì đừng ăn những con vật mà việc ăn nó không được xã hội chấp nhận, ví dụ như con chó, con mèo, v.v... Mấy con đó mình không nên ăn. Ăn như vậy là bất nhẫn, là không chánh mạng. Mình không nên nuôi mạng mình bằng những việc làm không chân chính.

SÁM HỐI SÁU CĂN

Có lẽ quý vị đã nghe về vua Trần Thái Tông. Đó là một vị vua sống vào thế kỷ 13, thời nhà Trần. Ngài rất muốn đi tu nên ngài đã đi lên núi gặp một thiền sư. Vị thiền sư hỏi ngài: "Chẳng hay hoàng thượng lên núi này có việc gì?". Ngài đáp: "Trẫm muốn thành Phật". Thiền sư nói: "Phật không ở trong núi. Phật ở trong tâm. Hoàng thượng còn nhiều việc phải làm. Nếu bây giờ hoàng thượng trở về hoàng cung, hoàng thượng có thể điều hành đất nước và vẫn tu tập được". Nghe lời vị thiền sư đó, ngài trở về hoàng cung, vẫn làm vua và tiếp tục tu tập. Ngài tự tay soạn một bản văn sám hối cho chính mình. Bản sám hối đó có tên là *Lục thời sám hối khoa nghi*. Lục thời sám hối là sáu thời sám hối, tức là ngài lấy sáu căn làm đề mục để sám hối.

Một ngày chia ra sáu thời: đầu hôm, tức là khi mặt trời vừa lên, sáng, giữa trưa, xế chiều, chiều và tối. Cứ mỗi một thời như vậy, ngài sám hối một căn, tổng cộng là sáu. Sám hối tất cả những cái lỗi của chúng ta, chưa nói đến tội. Lỗi là gì? Là những gì mình sơ ý làm. Tội là gì? Là những gì mình cố tình làm.

Mắt, tai, miệng, mũi của mình ngày nào cũng ở trong những cơn sóng. Tại sao? Vì nhiều thứ hấp dẫn quá. Quý vị thấy không, chỉ riêng chuyện ăn thôi mà bây giờ cũng có đủ kiểu, đủ cách hết. Mà ăn càng ngon, càng ham thích thì chuyện gì sẽ xảy ra? Càng nhiều bệnh. Cho nên mình ăn nhưng mình nguyện nắm vững tay chèo để không đắm chìm trong biển vị mênh mông. Ngon thì có ngon, nhưng bệnh thì thôi xin chừa. Ngon thì có ngon nhưng thôi chỉ xin vừa đủ no, không đắm chìm trong đó. Chứ làm sao mình sống mà không ăn được. Mình chỉ có thể là người đi trên những cơn sóng với sáu căn mắt, tai, mũi, lưỡi, thân, ý.

Xin phép mấy anh thanh niên chia sẻ chuyện này, có nhiều anh lên tham vấn: "Thưa thầy, con biết con có vợ rồi mà sao cái tánh con kỳ lắm. Thấy cô nào đẹp đẹp, con cũng ngắm nghía một chút, khởi tâm một chút". Rất là thành thật. Pháp Hòa trả lời chuyện đó rất bình thường, nhưng việc tu của mình là ở chỗ mình biết đó chỉ là cảnh[1] thôi, đi ngang qua thôi. Sau đó rồi sao? Mình phải trở về ý thức của mình. Cho nên trong giới thứ ba có "ý thức được bổn phận, trách nhiệm của mình". Bổn phận của mình bây giờ

---

[1] Sáu cảnh: sắc, thanh, hương, vị, xúc, pháp, tức là sáu đối tượng nhận biết của sáu căn (mắt, tai, mũi, lưỡi, thân, ý).

là một người chồng, một người cha. Cho nên tu chỉ đơn giản là mình nhận ra tất cả những gì xảy đến trong đời sống của mình mỗi ngày, cả bên ngoài và bên trong mình, về tâm lý lẫn sinh lý. Điều quan trọng là mình vững tay chèo để không đắm chìm trong biển sắc, biển ái mênh mông. Chứ đâu phải mình gặp mà mình trơ trơ, vì nếu vậy mình tu riết mình biến thành sỏi đá hay sao? Đâu phải vậy. Mình là một con người rất bình thường, mình biết hết, nhưng biết dừng. Xin nguyện nắm vững tay chèo để không đắm chìm trong biển sắc, biển thanh, biển hương, biển vị, biển xúc. Cho nên ngày xưa tại sao Phật không cho các thầy ngủ giường quá rộng? Ngủ giường vừa đủ thôi. Gọi là cái đơn. Đơn là gì? Đơn trong tiếng Anh là "single". Là đơn chiếc. Nghĩa là chỗ ngủ vừa đủ. Tại sao? Vì khuynh hướng bình thường của mình là hễ rộng thì mình lăn, mà lăn thì thoải mái, mà thoải mái thì sao? Mình sẽ đắm chìm trong cảm giác thoải mái đó. Vào thời của Phật, các thầy ngủ trong rừng. Người nào tìm được một gốc cây êm êm mà ngủ ngon một chút, bắt đầu cảm thấy "Trời ơi, chỗ này ngon quá nghen", thì "Ba đêm thôi nha", không được ngủ tới đêm thứ tư. Phật kỹ đến mức như vậy.

Thưa đại chúng, hôm nay chúng ta tụng sám hối sáu căn. Căn là gì? Căn là gốc. Sáu căn là sáu cái gốc rễ sinh ra lỗi: mắt, tai, mũi, lưỡi, thân, ý. Các đối tượng của căn gọi là cảnh: sắc, thanh, hương, vị, xúc, pháp[1]. Còn cái tâm trí phân biệt khiến chúng ta vui, buồn, khổ, đau gọi là thức:

---

[1] Pháp: mọi sự vật, hiện tượng.

nhãn thức, nhĩ thức, thiệt thức[1], tỷ thức, thân thức, ý thức. Cái khổ của mình là ở cái thức có phân biệt. Sáu căn, sáu cảnh và sáu thức, sáu lần ba là mười tám. Cho nên mình có xâu chuỗi mười tám hột. Bồ Tát Chuẩn Đề có mười tám tay, và mỗi bàn tay của ngài cầm một pháp khí, có khi là một bánh xe, có khi là một bông hoa, một cây kiếm, một xâu chuỗi... Đó là các phương tiện để độ[2]. Con mắt của mình vẫn thích sắc, phải không? Nhưng thay vì tìm những hình sắc khiêu gợi khiến mình bị đắm chìm, bây giờ mình dùng hình Phật, tranh ảnh của Phật. Mình thay đổi đối tượng của sắc.

Mình nhớ đó là biểu tượng, là phương tiện, nhưng bây giờ cái tâm của mình nó còn chạy nhảy quá, nên mình lấy xâu chuỗi niệm Phật, để tâm mình bám vào xâu chuỗi. Vậy thì xâu chuỗi cũng là phương tiện.

Con người chúng ta có sáu căn, nhưng năm căn quan trọng thường đi cùng nhau là mắt, tai, mũi, lưỡi, thân. Tai phải nghe tiếng, mắt phải nhìn, mũi phải ngửi, lưỡi phải nếm, thân phải xúc chạm. Năm cái này có phải là cả ngày rong ruổi, kiếm tìm không? Kiếm tìm rồi đưa vô cho ai? Đưa vô cho đứa thứ sáu: *ý thức phân biệt*. Đứa thứ sáu, ý thức, không có hình tướng. Mắt, tai, mũi, lưỡi, thân thì có hình tướng. Cho nên nếu nhìn tượng Phật Di Lặc, quý vị sẽ thấy sáu đứa nhỏ, hoặc chỉ năm đứa nhỏ. Nếu là sáu đứa nhỏ thì tượng trưng cho đủ sáu căn, bao gồm ý căn. Đại chúng nghĩ xem có đúng không, ví dụ khi mắt Pháp Hòa

---

[1] Thiệt là lưỡi.
[2] Độ có thể hiểu là chuyển hóa.

nhìn thì ý thức Pháp Hòa liền làm việc. "Đây là hoa gì? Hoa mặt trời, có khi gọi là hoa hướng dương", ý thức làm việc liền. Rồi nó tiếp tục làm việc: "Hoa hướng dương này không to bằng hoa hướng dương ở Pháp...". Trong khi đó mắt vẫn nhìn, tai vẫn nghe ngóng xung quanh. Và trong khi mắt mình nhìn, tai mình nghe thì mũi mình ngửi: "Hình như có mùi cháy ở dưới bếp...". Năm căn của mình làm việc cả ngày như vậy, và hễ tiếp nhận được gì là nó đưa vô ý thức. Ngay khi mình đưa vô ý căn, ý căn bắt đầu phân biệt. Nó đẩy vô kho chứa gọi là tàng thức. Cho nên khi mình ngủ, năm căn mắt, tai, mũi, lưỡi, thân ngủ nhưng ý vẫn làm việc. Ý nó rà rà trong cái kho bên dưới, nó làm việc, nó móc ra, nên chúng ta mới có chiêm bao. Ban ngày mình *tưởng*: "Trời ơi, người đó đẹp như vậy, như vậy...", rồi đến tối khi ngủ mình nằm mơ. Ban ngày mình suy nghĩ, vọng tưởng cái gì thì nó nhập vô cái kho (tàng thức) đó và ban đêm ý thức mời nó lên. Trước khi gặp Pháp Hòa, quý vị có tưởng tượng về Pháp Hòa không? Có, tưởng ổng cao, tưởng ổng bự... Sau khi *tưởng* xong đem cái *tưởng* đó vô cất trong kho, rồi khi gặp, ý thức của mình vô cái kho đó, móc cái *tưởng* ra. "Trời ơi, thấy thầy Pháp Hòa trong video, con tưởng thầy mập lắm mà gặp ở đây sao thấy thầy ốm nhom..." Mình đem cái *tưởng* trong kho ra so sánh với cái mới. Sau khi biết cái thật tướng[1] của ổng rồi, mình lấy cái *tưởng* ra, mình đưa cái *thật thấy* vô. Rồi mai mốt hễ ai nói tới thầy Pháp Hòa, mình móc nó ra liền.

---

[1] Thật tướng: tướng chân thật hay chân tướng.

Hôm nay, nhân ngày chúng ta sám hối sáu căn, Pháp Hòa trước hết giới thiệu tác phẩm này, *Lục thời sám hối khoa nghi*. Thật ra tác phẩm này chứa đựng rất nhiều điều sâu sắc nhưng ở đây mình chỉ nói tổng quát. Thứ nhất, người chế ra pháp sám[1] này là vua Trần Thái Tông, một vị vua của Việt Nam. Thứ hai, đây là bài kinh trong đó đức Phật nói về sáu căn. Mong rằng sau này khi có cơ hội đọc bản văn này, đại chúng nhớ rằng đức vua Trần Thái Tông đã tự thân sám hối bản văn này. Ngày nay, dù sống sau ngài một ngàn mấy trăm năm nhưng mỗi khi đọc sám pháp này, chúng ta vẫn cảm nhận được ngài đang ở trong lòng mình.

---

[1] Pháp sám: phương pháp sám hối.

SÓNG ĐƠN GIẢN

Lúc nào mình cũng nên nhìn lại. Nhiều khi mình nói mình khổ nhưng nhìn người khác thấy họ khổ hơn, tự nhiên mình cũng nguôi ngoai. Mình nói mình bệnh nhưng người khác còn bệnh hơn mình. Mình bệnh nhưng còn ăn được, nhiều người bệnh đến mức không ăn được. Nhiều người bệnh đến nỗi không đi được, không nói được, còn mình còn ăn được, còn nói được. Hồi xưa mình nói dữ lắm, bây giờ nói hết nổi. Nói hết nổi tức là vẫn nói được nhưng không nói nhiều được thôi. Mà nói ít thì khỏi mất công luyện tịnh khẩu[1] – tự nhiên khẩu của mình nó tự *tịnh*. Cho nên chúng ta phải có quán chiếu. Chúng ta quán chiếu để sống sâu sắc hơn, hài hòa hơn, biết trải lòng hơn với

---

[1] Khẩu: miệng.

tất cả mọi người – lối sống mà chúng ta thường gọi là "sống đơn giản". Đơn giản là gì? Là đơn thuần và giản dị. Đơn thuần là sao? Ví dụ bây giờ mình nhìn bình hoa người ta cắm như vậy, mình nhận diện đơn thuần thôi: "Ồ, bình hoa này đẹp". Không cần phải lấy cái đẹp của tuần trước hay tháng trước ra để so sánh. Tại vì kỳ trước nó đẹp theo kiểu của kỳ trước, kỳ này nó đẹp theo kiểu của kỳ này. Nếu mình cứ nhận diện đơn thuần và đơn giản thì sao? Mình đỡ phiền não mà người cắm ra bình hoa cũng đỡ phiền lụy với mình – không làm mà thích chê – phải không? Chính cái "không làm mà thích chê" của mình làm mình mất đi sự đơn giản, trong khi cuộc sống lẽ ra rất đơn giản. Đúng ra mình không có bình hoa nữa đó, nên có thì cứ hưởng thôi. Tập sống đơn giản như vậy, mình cũng đỡ khổ. Vì vậy mình thường nghe câu "Hãy sống đơn giản".

Tại sao cuộc sống con người có quá nhiều nhân họa (đó là chưa kể thiên tai)? Vì nhiều khi chúng ta có quá nhiều nhu cầu, mà nhu cầu nhiều chừng nào thì nhân họa, thiên tai nhiều chừng nấy. Ví dụ, bây giờ nhu cầu mỗi ngày là phải có bao nhiêu ký thịt heo, thịt bò, cho nên người ta phải nuôi con heo trong vòng ba tháng. Hay bây giờ mỗi ngày chúng ta cần một lượng rất lớn rau củ để cung cấp cho thế giới, do đó người ta bắt buộc phải xịt thuốc. Bây giờ người ta có những loại thuốc mà chỉ trong vòng một hoặc hai ngày là đã có thể thu hoạch rau xà lách. Rồi có những loại chất bảo quản, có thể giữ rau củ trong vòng sáu tháng cho tới một năm, ở ngoài nhìn rất tươi nhưng ở trong đen thui.

Cho nên nếu trong đời sống của chúng ta, mỗi ngày chúng ta tập đơn giản hóa vài việc thì tự nhiên cuộc sống của mình cũng nhẹ nhàng, những người xung quanh chúng ta cũng thấy nhẹ nhàng và tai họa gây nên bởi sự gây gổ, trách móc, phiền giận, khổ lụy với nhau cũng giảm đi. Pháp Hòa đơn cử hai chuyện đơn giản nhất trong cuộc sống của mình, đó là chuyện ăn và chuyện mặc. Nếu mình tập ăn đơn giản, tập mặc đơn giản, mình có đỡ khổ không? Đỡ lắm. Gần đây người Mỹ đưa ra những công thức ăn đơn giản. Ví dụ, bữa sáng của họ cũng đơn giản lắm, một gói sữa bột yến mạch, rất lành mạnh và cũng rất bổ dưỡng. Còn cách ăn của mình cũng bổ, nhưng mà bổ theo kiểu không tốt cho sức khỏe. Sáng ra mình làm một dĩa cơm tấm sườn bì chả hay một tô phở, một tô hủ tiếu. Chưa hết, mình còn ăn thêm bánh này, bánh nọ. Người Mỹ ăn sáng bằng một chén yến mạch hay một miếng bánh ngũ cốc – như vậy là có thể đủ cho cả bữa trưa. Nếu đi làm, họ mang theo một phần salad, tức là rau trộn, đơn giản thôi. Nhưng bù lại họ cũng có những cái không đơn giản khác. Chẳng hạn như ăn ngọt, người Mỹ ăn ngọt khiếp lắm. Mình tập ăn uống đơn giản thì tự nhiên mình làm cho người nấu nướng trong gia đình mình cũng khỏe theo.

Đại chúng thấy mình cũng có phước, phải không? Đời trước mình có tạo phước nên đời này mình mới đang hưởng phước. Nhưng khi đang hưởng phước, mình đừng hưởng hết. Mình phải biết để dành một phần để cúng dường, hiến tặng. Để làm gì? Để chúng ta tích phước. Một vị hòa thượng nói rằng hằng ngày mình tụng kinh, niệm Phật, bố thí, làm lành – làm như vậy là đúng, là mình đang tạo phước, nhưng chưa đủ, mà mình còn phải tu bòn, tu mót. Vì không có cơ hội làm việc thiện mỗi ngày nên chúng ta phải tu bòn, tu mót, bằng cách tập đơn giản hóa cách sống của mình. Và đừng phung phí phước, đừng đày đọa người khác quá. Ví dụ bây giờ người ta nấu cho mình ăn, nếu lỡ như thiếu một miếng ngò, một miếng tiêu, đừng cầu kỳ chi mấy chuyện đó, đừng phiền lụy chi mấy chuyện đó, đừng giằng co, khó khăn chi mấy chuyện đó thì tự nhiên có phước. Ăn một tô phở, tô bánh canh hay món gì đó mà thiếu một chút gì thì đừng vì một chút đó mà nói những lời không dễ thương với người ta – làm như vậy sẽ tổn phước. Cho nên mình phải thấy được cái phước của mình. Ăn một tô xúp hay tô bún mà lỡ thiếu miếng giá hay miếng rau cũng không sao. Hay mình nói ăn bún riêu phải có bắp chuối mới ngon, nhưng ở đây bắp chuối mắc gần chết ăn gì nổi, nhất là mùa đông – làm gì có bắp chuối để ăn. Thôi ăn đỡ bắp cải đi, bào bắp cải ăn cũng được, bắp nào cũng bắp. Nếu mình đơn giản trong chuyện ăn uống, tự nhiên người nấu nướng cho mình cũng cảm thấy nhẹ nhàng. Lẽ ra người ta còn có công việc của người ta nhưng vì cái khó ăn khó uống của mình, họ suốt ngày phải lo sáng ăn gì, trưa ăn gì, chiều ăn gì, vì vậy mình nên tập ăn uống đơn giản.

Tuần vừa rồi, thầy viện chủ trên tu viện Trúc Lâm có giảng pháp. Trong bài giảng, thầy nói đến hai chữ "giải thoát". Thầy nói nhiều khi đáng ra mình có thể sống rất thảnh thơi nhưng tự nhiên mình tự trói buộc chỉ vì những việc như vậy. Chẳng hạn như vấn đề ăn uống, lẽ ra mình có thể tận hưởng cái tự tại, an vui trong việc ăn uống nhưng mình lại khổ lụy vì nó. Thầy viện chủ lấy trường hợp của bản thân thầy làm ví dụ. Vì là người gốc Hoa, thầy ăn cháo từ hồi còn ở nhà, vô chùa cũng ăn cháo nên thầy đã quen ăn cháo mấy chục năm. Qua tới bên này, thầy đi làm việc ở nhà dưỡng lão. Sau một thời gian, thầy bắt đầu tập ăn sữa yến mạch vì không muốn làm phiền mấy cô nấu ăn ở nhà bếp. Một ngày các cô phải nấu cho gần hai trăm người ăn, mà các cụ ở nhà dưỡng lão ăn một ngày sáu lần, ba bữa ăn chính – sáng, trưa và chiều – cộng thêm ba bữa phụ. Rồi họ còn phải nấu thêm phần cho những người ăn chay, trong đó có thầy. Nếu sáng nào họ cũng vì thầy mà nấu thêm một chén cháo nữa thì cực quá, nên thầy chuyển qua ăn yến mạch. Ăn riết thầy thấy quen, ngon mà bổ dưỡng. Bây giờ thì thầy thấy như vậy tiện lắm. Gói sữa yến mạch nhỏ, thầy đi mua một hộp mấy chục gói vậy đó. Sáng ra thầy bỏ yến mạch ra ly, chế nước vô rồi cho vào lò vi sóng hoặc thầy bắc lửa lên nấu mấy phút là có chén cháo tây ăn, khỏi phiền ai hết. Rồi lâu lâu, nếu thích ăn trái ô liu kho, thầy đi siêu thị mua hộp ô liu về rửa sạch kho tiêu rồi cất vô hũ, khỏe re. Trường hợp của thầy viện chủ cũng là một trong những ví dụ về việc giải thoát, phải không? Giải thoát là gì? Giải có nghĩa là mở ra, mở những gút mắc để chúng ta thoát ly khỏi những cái khổ trói buộc mình. Nếu mình cứ khăng khăng: "Không, bữa sáng tôi phải ăn cháo, không có cháo tôi không chịu nổi" thì rốt cuộc mình sẽ bị chén cháo đó trói buộc, ví dụ vậy. Hoặc là "Tôi phải ăn sáng theo kiểu tây mới được, tức là phải bày ra dĩa, có bánh mì nướng, bơ Pháp, mứt, v.v... khổ lắm. Cho nên mình cần tập ăn đơn giản. Để làm gì? Cho mọi chuyện nhẹ nhàng.

Đó là vấn đề ăn uống. Bên cạnh việc ăn uống còn việc gì? Hễ có ăn thì có mặc, nên người ta thường nói "ăn mặc". Mình cũng nên tập làm sao ăn mặc đơn giản. Đơn giản không có nghĩa là lên rừng ở. Mình vẫn phải dùng những thứ cần thiết nhưng đôi lúc mình cần nhẹ nhàng, linh hoạt. Đừng để những cái đó làm khổ mình. Chuyện mặc cũng là một trong những cái làm mình khổ. Chẳng hạn như áo này phải đi với khăn kia, đi với nón nọ. Thậm chí mình sắm một lô đồng hồ để nó đi theo những bộ áo quần của mình, nếu không mình sẽ khó chịu. Ví dụ, mình thích màu đỏ nên thậm chí cái laptop mình xài cũng phải màu đỏ. Mình đi hết tiệm này tới tiệm kia, rồi thậm chí khi đi bất kỳ đâu trên thế giới, mình cũng tìm tới những tiệm đó để mua cho được cái laptop màu đỏ, nhất định phải màu đỏ, ví dụ vậy. Cái đó không có gì là tội lỗi nhưng mình cần thấy rõ là mình có phần bị trói buộc.

Cho nên mình tập sống đơn giản – ăn đơn giản, mặc đơn giản, nói năng đơn giản, và đơn giản cả trong chuyện mua sắm. Cái gì mình cần mới mua, cái gì mình không cần thì không sắm. Pháp Hòa thấy người Mỹ hay sử dụng câu "Những thứ miễn phí thật ra không miễn phí", tức là có những thứ họ cho không nhưng những thứ đó mình đem về nhà chỉ làm chật nhà mình. Cho dù được cho miễn phí, mình cũng đừng lấy nhiều hơn những gì mình cần. Mà ngộ lắm, nhà mình hồi xưa nhỏ chút xíu, chừng đó đồ đạc xê dịch tới lui cũng đủ chỗ, còn bây giờ nhà mình rộng gấp đôi nhà cũ nhưng không hiểu sao một hồi nó cũng chật. Rồi bữa nào thấy nhà cửa chật chội quá, mình bắt đầu dọn dẹp. Mình quăng, liệng, vứt, bỏ hết những thứ mình không dùng tới. Rồi mình lại bắt đầu đi tới đi lui nhìn mấy chỗ trống đó. Chỗ này trống mình khiêng về chậu cây, chỗ kia trống mình để cái kệ – riết rồi tự nhiên mình dời cái này đi để có chỗ trống mà lại rước cái khác về. Kiểu của mình là vậy, ít khi nào mình để nó trống. Hễ thấy nhà mình có bức tường trống là mình kiếm bức tranh về treo. Chỗ này có bức tranh rồi thì chỗ kia cũng phải treo một bức nữa cho nó đối[1]. Rốt cuộc nhà mình lại chật chội. Cho nên mình mua sắm đơn giản thôi.

Thậm chí khi đi du lịch, mình cũng cần đơn giản. Du lịch là trải nghiệm chỗ này chỗ kia, là tận hưởng, vậy mà mình mang xách quá chừng. Pháp Hòa nhớ mấy lần đi hành hương có người đi không nổi vì vác cái ba lô to tổ bố. Trong đó có gì? Nào là nước, nào là bánh kẹo, đồ ăn, nào là laptop, điện thoại, rồi giày nữa – chỗ nào cần giày cao gót lấy ra mang, tới chỗ khác cất vô, lôi giày bata ra. Cho nên họ đi không nổi, vì mang đồ nặng quá. Có một câu chuyện là trong một đoàn đi du lịch, mọi người ai cũng ì à ì ạch nhưng có một anh đi rất khỏe. Thấy vậy, một người hỏi: "Sao tôi thấy anh đi khỏe quá vậy?". Anh đó đáp: "Đơn giản thôi, tại tôi đâu có gì nhiều để mang theo ngoài nước uống". Thì ra cuộc sống đơn giản có nghĩa là mình bỏ bớt những gì không cần thiết. Khi đó, tự nhiên mình thấy nhẹ nhàng.

---

[1] Đối: đối xứng về mặt ý nghĩa hay thẩm mỹ.

Trong cuộc sống của mình, để giảm bớt phiền não, mình cần tập cho cái tâm của mình cảm nhận mọi chuyện xung quanh một cách đơn giản. Chẳng hạn như người ta nói với mình chuyện gì đó, mình nghe đơn giản thôi, đừng có nghe rồi bắt đầu phăng ra đủ thứ, suy diễn đủ thứ. Mình nói: "Trời ơi, tôi mà, họ nói một, tôi hiểu tới mười". Mình nghĩ mình như vậy là giỏi nhưng thật ra cái đó làm mình khổ, tại vì mình cứ suy diễn lời người khác nói. Ví dụ, mình tới gặp một người. Người đó mời mình ăn rồi nói chuyện gì đó. Mình nghĩ: "Họ nói vậy chứ không tốt lành gì đâu. Họ nói móc mình đó". Nhiều khi có những điều người ta nói bằng cái tâm đơn giản nhưng mình lại không cảm nhận sự việc một cách đơn giản.

Là người lớn tuổi, mình cũng nên tập suy nghĩ đơn giản lại. Nhiều khi con cái mình ở đây quen sống theo kiểu Mỹ rồi, nói gì cũng ngắn gọn. Nếu mình cứ dính vào những câu nói đó, mình sẽ khổ lắm. Mình khổ vì nghĩ con cái không tôn trọng mình, nhưng đôi khi không phải vậy. Chẳng qua con, cháu mình tiếp xúc hằng ngày với lối sống phương Tây nên có cách nói như vậy. Lúc bình thường mình như Quan Âm vậy đó, nhưng bực bội lên là mình thành Quan Công, cầm cây chổi mà như cầm thanh long đao.

Nếu mình suy nghĩ đơn giản, mọi việc mình làm cũng đơn giản. Có một anh đi xin việc. Trên đường đi từ cổng vào văn phòng công ty tuyển dụng, thấy một miếng rác ở dưới chân, anh nhặt miếng rác bỏ vào thùng rác. Giám đốc công ty, người phỏng vấn anh hôm đó, tình cờ thấy hành động đó nên nhận anh vào liền. Cho nên điều đơn giản mình nhận ra ở đây là gì? Là mình nên tập cho mình một tính tốt: thấy rác thì nhặt lên.

Một câu chuyện khác, có một em làm việc ở tiệm sửa xe. Em đó là người tận tụy với công việc. Lẽ ra ngoài việc sửa xe, em không có bổn phận gì nữa hết, nhưng sau khi sửa xong bộ phận xe bị hư, em còn lau chùi xe sạch sẽ. Một người làm chung với em cười và nói: "Dư hơi, làm mấy chuyện dư thừa". Không ngờ chiếc xe em lau chùi hôm đó lại là của một ông chủ lớn. Thấy sự tận tụy của em, mấy ngày sau ông ấy đã giới thiệu cho em một việc làm tốt. Vậy *đơn giản* ở đây là gì? Có những việc mình làm, mình không cần ai trả thù lao hay khen thưởng gì hết. Mình cứ hết lòng với tất cả mọi việc mình làm. Mình cứ làm bằng trọn cái tâm của mình, tự nhiên có những cái bù đắp lại.

Người Mỹ có một câu đại ý là nếu mình không có được điều mình mong muốn, mình nên học cách để bình an, vui vẻ với những gì mình có. Nếu được như vậy, tự nhiên cuộc sống của mình sẽ trở nên nhẹ nhàng dù nó lên hay xuống. Dù cuộc sống của mình thượng, trung hay hạ, thịnh hay suy, tâm mình vẫn bình an. Đó là điều Pháp Hòa muốn chia sẻ với đại chúng ngày hôm nay: sống đơn giản, và sống đơn giản cũng là cách mình nói lên lòng tri ân của mình.

Tinh thần của đạo Phật là vậy. Chúc đại chúng an vui và lúc nào cũng tập cho mình lối sống đơn giản, đơn giản trong cách cảm nhận, trong việc ăn uống, trong cách hành xử hằng ngày.

BIẾT KIỆM PHƯỚC

Nếu biết mình có phước, chúng ta phải dụng[1] phước chứ đừng hao phí phước. Vì hao phí phước thì sẽ tổn phước, tổn phước thì sẽ mất phước.

Giống như tiền bạc của cải, mình sử dụng đúng thì sẽ không hao tốn quá nhiều, không sạt nghiệp. Phước của mình cũng vậy. Nhưng thưa đại chúng, có một điều chúng ta cần tư duy: tiền của mà chúng ta có được, chúng ta chỉ có thể xài trong đời này thôi. Tắt thở rồi thì không mang gì theo mình được hết. Chỉ duy một thứ theo mình ngay trong đời này và cả kiếp sau, đó là phước. Bởi vì phước là cái không có hình tướng. Chính vì không có hình tướng nên nó mới theo mình cả trong đời này và kiếp sau.

---

[1] Dụng: dùng hay sử dụng, hàm ý tận dụng hay tận hưởng một cách có hiểu biết.

Có người giàu nào khi chết đem theo được hết tiền bạc của cải không? Hoàn toàn không. Nhiều tỷ phú hiểu được rằng họ không nên để lại cho con cháu nhiều. Họ công khai tuyên bố để lại cho mỗi người con một triệu đô-la, còn tất cả tài sản còn lại sẽ được dùng vào việc từ thiện. Tại sao? Vì để lại cho con cháu nhiều tiền của chưa hẳn là phước, mà không chừng là họa. Nếu đó là tiền do con mình tự làm ra, nó sẽ biết chi tiêu chừng mực. Dư tiền của là bắt đầu sanh tâm[1].

Chúng sanh nếu thiếu tư duy, thiếu tu tập, thiếu trí tuệ thì dễ sanh tâm lắm. Mà không chỉ sanh tâm chuyện tiền của, sanh tâm đủ thứ chuyện hết. Chẳng hạn như giữa người nam với người nữ, giao tiếp mà thiếu chánh niệm thì tình cảm cũng dễ nảy sinh. Cho nên cái gì cũng cần có chừng mực, để chúng ta không làm việc gì quá giới hạn, và thậm chí không để ý niệm khởi sinh trong tư tưởng của mình. Vì vậy, tất cả đều là do cách chúng ta tư duy, quán chiếu. Đời sống của chúng sanh cũng vậy. Tại sao có những người giàu và sang nhưng cũng có những người giàu mà không sang? Có những người giàu có nhưng bủn xỉn. Cũng có những người không giàu nhưng thích làm sang, tiêu xài hoang phí. Trên đời này có đủ kiểu người, đều là do cách mình tư duy, quán chiếu và học hỏi.

Cho nên mục đích của đạo giáo nói chung và đạo Phật nói riêng là để giáo hóa cách chúng ta tư duy. Tư duy thế nào để chúng ta đi tới hành động đúng ngay trong đời này, để chúng ta có phước và dụng phước đó được.

---

[1] Sanh tâm: tâm nảy sinh nhiều vọng tưởng, ham muốn, yêu ghét..., không bình an.

Ví dụ, tại sao tất cả các trường học đều dạy cách để tận dụng mọi thứ mình có? Thật ra, có rất nhiều thứ mình có thể tận dụng được, nhưng vì không biết tư duy nên mình cứ lãng phí. Pháp Hòa thường thực tập điều này, từ trước cho tới bây giờ – tận dụng mọi thứ, kể cả một tờ giấy. Mình không keo kiệt, nhưng mình nên tận dụng bất cứ cái gì có thể sử dụng. Để làm gì? Để chúng ta không làm tổn hao trước hết là tiền của, sau đó là phước.

Những gì chúng ta dùng hằng ngày, bất cứ thứ gì mình sử dụng kể cả giấy vệ sinh, thường có sẵn. Có khi mình chẳng phải mua sắm gì cả – mẹ mình mua, cha mình mua, anh chị mình mua. Những thứ đó không tự dưng mà có, không phải từ trên trời rơi xuống hay dưới đất trồi lên. Người khác vất vả đi làm, kiếm tiền rồi dành dụm, mua sắm những thứ đó cho mình, mình phải sử dụng một cách trân quý và thận trọng, không phung phí. Mình phải biết được giá trị của mỗi thứ và biết cái phước của mình. Nếu mình không có phước, một đồng người ta cũng không cho. Nói một cách gần gũi, người ta đến với mình từ tình thương. Cho nên nếu không biết trân quý thì mình mất cái phước đó. Mà mất phước là mất tình thương, mất sự yểm trợ, mất đủ thứ hết. Cho nên mình phải luôn tâm niệm điều đó.

Nhiều khi dư tiền dư của, thay vì bố thí làm lành hay để dành cho con cháu hay đầu tư làm ăn, mình lại hoang phí.

Trong đời sống hằng ngày, chúng ta có những chi phí cần trang trải không? Có. Chi phí hay nhu cầu là chuyện bình thường.

Ví dụ, chúng ta cần mua thức ăn, cần đổ xăng, cần đóng bảo hiểm – đó là chi phí. Chúng ta ai cũng có nhu cầu, nhưng người ngoài nhu cầu còn có một cái khổ nữa là tham cầu. Cần chiếc áo để mặc – đó là nhu cầu. Cần chiếc xe để đi – đó là nhu cầu. Cần nhà để ở – đó là nhu cầu. Nhưng nếu mình biết cái túi tiền của mình, biết gia đình mình có bao nhiêu người và mua cái nhà phù hợp thì đâu có chuyện khổ đau. Nhà mình có ba người mà đi so với nhà mười người. "Nhà bên kia to hơn nhà mình, không được, nhất định phải kiếm cái nhà to bằng", trong khi nhà mình chỉ có ba người. Nhà to thì chi phí lớn. Nhà người ta mười người ở, người ta chia tiền ra để trả nên đâu có khổ. Còn mình vì không muốn thua kém nên tìm cái nhà to, nhưng chỉ có ba người ở nên thiếu hụt, mà hễ thiếu hụt thì quạu cọ. Rốt cuộc, ở nhà to mà gây lộn mỗi ngày. Đó là một ví dụ về tham cầu.

Mình phải tự biết hoàn cảnh của mình hay gia đình mình để mua sắm cho đúng mức. Cái đó đạo Phật gọi là tri túc. Tri túc có nghĩa là biết đủ và sống theo cái đủ của mình, chứ không có nghĩa là "Thôi, biết đủ đi, đừng cầu tiến". Không phải như vậy. Mình có khả năng học tới trình độ tiến sĩ thì cứ học. Không ai cản trở gì mình hết. Nhưng quan trọng là chúng ta phải biết chính mình để đáp ứng đúng nhu cầu của mình. Nếu biết rõ nhu cầu của mình và không tham cầu, trang trải chi phí và không hoang phí thì chúng ta đâu có khổ.

Những thứ mình có trong đời này, mình chỉ dùng được trong đời này thôi. Quần áo, nhà cửa, xe, tiền của, v.v… hễ mình chết là hết. Bởi vậy người ta sợ mất lắm – phải làm di chúc, đăng ký sở hữu, mua bảo hiểm, v.v... Nhưng tại vì không có sự chuẩn bị nên khi chết mình mới không đem theo được gì.

Những thứ tạm này chính là những thứ giúp mình tạo cái phước trường tồn. Ví dụ, nếu mình dùng tiền để bố thí, mình sẽ có được phước báu lâu dài. Có một bài pháp rất hay: "Lấy cái của tạm để có được cái chân thật. Lấy thân ngũ uẩn[1], tứ đại[2], giả hợp[3], tạm bợ này tạo phước dài lâu bằng cách làm việc lành, cống hiến, dấn thân". Thân này tạm, chỉ được vài mươi năm. Có phước báu thì tới con số hàng trăm[4], còn bình thường thì tới hàng chục thôi, phải không? Vì vậy Phật nói thân này *tạm*, nhưng trong khi đang ở thân giả tạm này, hãy làm những việc chân thật, quý báu. Thân này *tạm*, nhưng có thể tạo ra phước lâu dài. Như quý vị cũng biết, có những vĩ nhân đã qua đời rất lâu rồi nhưng những gì họ phát minh, như máy bay, điện thoại, v.v... hiện nay vẫn được con người sử dụng. Những gì họ cống hiến cho đời vẫn trường tồn. Chúng ta cũng vậy, trước sau cũng sẽ rã thành bụi hết, nhưng lời nói của chúng ta, xuất phát từ cái miệng tạm bợ này, có thể được sử dụng, được ứng dụng, được học hỏi. Cũng như đức Phật của mình, ngài đã mất cách đây hai ngàn mấy trăm năm, nhưng lời dạy của ngài, bằng tư duy chánh pháp, sẽ còn mãi.

---

[1] Ngũ uẩn: năm yếu tố tạo thành con người, toàn bộ thân tâm: sắc, thọ, tưởng, hành và thức. Sắc là thân vật lý. Thọ là cảm giác. Tưởng là tri giác, nhận biết sự khác biệt. Hành là các trạng thái tâm lý. Thức là ý thức, nhận thức. Sự nhận biết đúng đắn về bản chất vô ngã, vô thường của ngũ uẩn giúp thoát khổ.
[2] Thân tứ đại bao gồm bốn yếu tố: đất, nước, gió, lửa.
[3] Giả hợp: sự hợp thành tạm thời.
[4] Ý nói sống thọ, trên 100 tuổi.

NGƯỜI BẠN LÀNH

Trong kinh Hiền Nhân, đức Phật dạy có bốn loại bạn: bạn như hoa, bạn như cân, bạn như đất, bạn như núi.

Thế nào là *bạn như hoa*? Hoa tươi thì giắt lên đầu, hoa héo thì kéo xuống bỏ. Trên đời này có những kiểu bạn như vậy – còn xài được mình thì tới với mình, hết xài được mình thì quên mình đi. Chừng nào mình còn gì để họ tới với mình thì họ tới, hết cần mình thì họ bỏ đi, quên mình đi. Kiểu bạn đó là bạn như hoa.

Thế nào là *bạn như cân*? Họ chơi với mình mà lúc nào cũng đặt mình lên cân, so đo tính toán xem chơi với mình hay với người kia có lợi hơn. "Bà này hà tiện quá. Bữa sinh nhật bả, tui tặng cái đồng hồ 100 đô-la mà bữa nay tới sinh nhật tui, bả chỉ tặng cái bánh 20 đô-la à. Người bạn như cân luôn tính toán, lợi dụng, từ vật chất cho đến những mối liên hệ gần gũi.

Thế nào là *bạn như núi*? Ở trên đỉnh núi thường có châu báu, mỗi khi con chim bay tới đậu trên đỉnh núi thì bộ lông của nó được tỏa sáng. Gần gũi với những người bạn vững chắc như núi, mình cũng được tỏa sáng. Mỗi khi mình đi cùng với người bạn lành này tới chỗ nào, người ta cũng tới gặp, bắt tay chào mừng. Nhiều khi không cần ai nói gì, mình cũng tự cảm nhận rằng người này được quý mến. Ít nhất mình cũng biết người này không đến nỗi. Bạn như núi là vậy đó. Ví dụ mình đi chung với một người dễ thương, được nhiều người kính trọng, không lẽ người ta mời người đó ăn mà không mời mình sao? Chơi với người dễ thương, mình cũng được thơm lây.

Còn *bạn như đất* là gì? Vững chắc. Đất tượng trưng cho cái gì đó vững chãi. Cũng giống như mình tìm tới những nơi vững chãi để sống, mình nương tựa người đó. Người bạn như đất rất vững chãi. Đó là bốn loại bạn trong kinh Hiền Nhân.

Ngoài ra, trong kinh A Hàm, Phật còn đưa ra bốn kiểu bạn nữa.

Kiểu bạn thứ nhất là *bạn ngăn quấy*. Thế nào gọi là bạn ngăn quấy? Bạn ngăn quấy là bạn tốt. Người bạn này có bốn cách thể hiện: một là thấy mình làm ác thì ngăn cản, hai là chỉ bày mình làm điều chính trực, ba là có lòng thương tưởng và bốn là chỉ đường cho mình làm điều thiện.

Đó là bạn ngăn quấy. Thấy mình làm sai, họ sẽ cản. Ví dụ, thấy mình xúi con mình làm bậy hoặc chơi xấu với ai đó, người bạn ngăn quấy sẽ khuyên: "Chị ơi chị, anh ơi anh, đừng dạy mấy đứa nhỏ như vậy. Mình phải dạy nó đạo đức. Bây giờ hãy thử đặt con mình vào vị trí đó, anh hay chị có muốn con mình bị hại như vậy không?". Và tại sao người bạn này chỉ cho mình cái sai, dạy cho mình điều đúng để làm? Vì họ có lòng thương tưởng tới mình.

Kiểu bạn thứ hai là *bạn thương yêu*. Bạn thương yêu có bốn cách thể hiện. Một là khi thấy mình được lợi lộc, họ mừng cho mình, không ganh tị. Hai là khi mình gặp nạn, họ tìm cách giúp mình. Ba là khi mình làm được việc tốt, họ khen ngợi. Và bốn là khi thấy mình nói điều xấu, điều ác, họ tìm cách ngăn cản, không để mình nói những điều đó.

Kiểu bạn thứ ba là *bạn giúp đỡ*. Bạn giúp đỡ có bốn cách thể hiện: một là che chở cho mình khỏi buông lung[1], hai là che chở cho mình khỏi hao tài, tốn của, ba là che chở cho mình khỏi sợ hãi, bốn là khuyên bảo mình ở chỗ vắng người. Bạn giúp đỡ luôn tìm cách giúp đỡ vì không muốn mình bị tổn hao. Ví dụ, người bạn này biết được chỗ đó bán cái đó rẻ và chỉ cho mình. Có người biết chỗ mà không chỉ, vì sợ mình biết mình mua rẻ, để mình mua mắc chơi vậy đó. Rồi tới khi mình mua xong, họ mới nói: "Trời ơi, phải chi bữa đó biết chị cũng muốn mua, tui nói cho chị biết". Bạn giúp đỡ luôn che chở cho mình khỏi sợ hãi và khi góp ý với mình về điều gì, họ không bao giờ làm mất

---

[1] Buông lung: buông thả, chạy theo ham muốn, dục vọng.

mặt mình ở chỗ đông người, luôn giữ thể diện cho mình bằng cách khuyên nhủ mình ở một nơi vắng để không làm mình bị quê.

Đó là ba dạng bạn – bạn ngăn quấy, bạn thương yêu, bạn giúp đỡ, và cuối cùng là *bạn đồng sự.* Thế nào là bạn đồng sự? Người bạn này cũng có bốn cách thể hiện: không tiếc thân mạng với mình, không tiếc của cải với mình, cứu giúp mình khỏi sợ hãi, khuyên bảo mình lúc vắng người. Pháp Hòa biết có những Phật tử tuy về hưu rồi nhưng sức khỏe còn tốt lắm. Biết lái xe, biết tiếng Anh, họ giúp đỡ những người bạn không biết tiếng Anh bằng cách chở người đó đi, giúp thông dịch khi người đó cần làm giấy tờ, hay chở người đó đi mua sắm đồ dùng. Thậm chí biết chỗ nào có khóa tu, chỗ nào có thuyết pháp mà người bạn đó không biết, bạn giúp đỡ nói cho người đó biết, hoặc hẹn và chở người đó đi.

Trong kinh Pháp Cú, câu thứ sáu mươi (thuộc phẩm Ngu) có một câu chuyện. Câu chuyện này xảy ra khi ngài Ma Ha Ca Diếp có hai sa di theo ngài làm thị giả cho ngài. Hai ông sa di này không thuận với nhau. Ông thì lười, ông thì siêng, mà ông lười thì lại khôn ranh. Ổng hay mượn hoa cúng Phật. Quý vị hiểu "mượn hoa cúng Phật" không? Ví dụ, ông kia rót ly nước xong ổng để xuống rồi đi vô phòng làm gì đó thì ông này phỏng tay trên, bưng nước tới mời thầy: "Dạ, con mời thầy dùng nước". Ông kia đi ra thấy sư đệ hay sư huynh mình bưng ly nước thì nghĩ "Được rồi, thôi bưng giùm" nhưng ổng đâu có biết ông này còn nói thêm một, hai câu nữa: "Thầy uống cái này rất tốt. Con cực khổ lắm đó". Trong khi thật ra công này của ông kia hết. Mà ông siêng hay bị ông lười cướp công lắm. Thường thường ở đời nó khổ vậy đó, phải tính toán, phải hơi mưu mô một chút để kiếm cái danh, kiếm cái lợi. Thỉnh thoảng ngài Ca Diếp phát hiện điều đó thì ngài dạy. Mà khi ngài dạy, ngài lại chuốc cái gọi là gì? "Giáo đa thành oán" – dạy nhiều mắc oán. Ông lười không thích nghe thầy dạy, ổng nói thầy cứ lải nhải, nói đi nói lại hoài mấy chuyện đó. Rồi ổng lại càng bực tức ông kia, ổng nghi "Chắc nó méc gì tui". Thường thường những người này cái đầu họ ghê lắm, vừa nghi ngờ, vừa suy diễn đủ kiểu hết. Đến một hôm chịu không nổi những phiền não, bực tức đó, ổng đốt cái am của ông thầy luôn. Quý vị thấy dễ sợ không. Ổng đốt luôn. Nhưng ngài Ca Diếp tu mà, ngài nói sao? "Đệ tử không ngoan hiền thì mình đành chịu thôi." Ngài đâu có dám méc Phật. Nhưng ở đời tiếng xấu đồn xa, còn tiếng tốt thì ít đồn lắm. Câu chuyện này tới tai Phật, Phật mới kêu mấy vị đó tới để dạy và đây chính là câu trong kinh Pháp Cú mà đức Phật đã dạy cho trường hợp này:

"Tìm không được bạn đường

Hơn mình hay bằng mình,

Thà quyết sống một mình,

Không bè bạn kẻ ngu."

Cái này nếu đọc mà không giải thích, mình dễ hiểu lầm lắm. Mình sẽ thắc mắc sao Phật lại dạy tìm bạn bằng mình hoặc hơn mình. Dạ thưa, "bằng" hay "hơn" ở đây không phải là bằng hay hơn ở vật chất, ở sắc đẹp hay quyền lực, mà ở cách sống. Ví dụ, bây giờ mình sống theo kiểu đi cửa sau, nhưng một người bạn của mình sống ngay thẳng, chân chất thì người bạn đó hơn mình. Mặc dù họ thua mình nhưng họ lại hơn mình ở chính cái thua đó. Họ hơn mình ở đạo đức, ở chỗ thật thà.

Như Pháp Hòa thường thưa với quý vị, cuộc đời này là cõi tạm. Vậy thì tất cả những gì thuộc về cuộc đời này đều là tạm hết. Danh cũng tạm, lợi cũng tạm, tất cả đều là tạm hết. Tất cả là tạm hết thì có gì vĩnh viễn đâu mà mình nhận nó[1]. Chỉ có một điều thôi, đó là tấm lòng của mình đối với nhau. Mà sống được như vậy, mình mới xứng đáng là một người con Phật. Mặc dù chưa hoàn hảo nhưng ít nhất mình cũng là người tốt. Hồi xưa Pháp Hòa hay dạy mấy thầy: mình cứ cố gắng sống tốt, rồi từ tốt mình mới tốt hơn, từ tốt hơn mình mới tốt nhất. Mình có thể chưa hoàn hảo nhưng ít ra mình cũng cố gắng hết sức, và nếu chưa được ở mức tốt hơn, mình ở mức tốt, chứ không thể dở hơn hay dở nhất. Cho nên nói vô thường giúp chuyển hóa là vậy. Nói tu là chuyển là vậy. Chuyển từ tốt đến tốt hơn, từ tốt hơn đến tốt nhất. Mà cho dù mình có dở cũng không sao, chỉ cần mình có cố gắng. Cho nên Pháp Hòa thường nói người dở cũng không hẳn là dở, vì họ có cố gắng nên vẫn đáng trân quý. Vì mình thấy được nỗ lực của họ, còn hơn chưa thử mà đã nói "Thôi, tôi không làm được đâu". Mình phải thử mới biết, phải không? "Trường đồ tri mã lực, sự cửu kiến nhân tâm" – đi đường xa mới biết

---

[1] Nhận nó là mình hay của mình.

sức ngựa, sống lâu ngày mới biết lòng người. Sống lâu hiểu lòng người, đi lâu biết sức ngựa.

Cho nên Pháp Hòa muốn nhắc lại câu kinh này để chúng ta không hiểu lầm. Không phải Phật khuyên mình tìm bạn đẹp hơn mình, giàu hơn mình, sang hơn mình, v.v... mà "hơn" ở đây là về mặt đạo đức. Tại vì mình có thể hơn họ về mặt tiền của nhưng mình không biết cách sống, sống phung phí quá, nên người bạn đó sẽ giúp điều chỉnh mình lại. Đó chính là người bạn lành.

ĐẠO PHẬT
VÀ ĐỜI SỐNG

NHÂN DUYÊN CHA MẸ VÀ CON CÁI

Đức Phật nói trong kinh: con cái của mình có bốn dạng, một là báo ân, hai là báo oán, ba là đòi nợ, bốn là trả nợ.

Người con báo ân là người con đến đời này để chăm sóc, lo lắng cho mình. Cho dù mình hoạnh họe, mình nói năng rất là không dễ thương với đứa con đó nhưng nó vẫn một mực hiếu thảo, chăm sóc mình. Tại sao? Vì người này đến để báo ân cho mình. Trong đời trước, mình có thể đã làm điều ân nghĩa gì đó với họ. Pháp Hòa từng kể cho đại chúng nghe về những nhân duyên này trong đại lễ Vu Lan. Nếu mình mang nợ thì chỉ khi làm cha mẹ, mình mới trả cho con mình tới tận cùng thôi. Còn anh em coi vậy chứ chưa chắc trả được, vì trả cho anh em thì cũng có giờ nghỉ ngơi. Chỉ cha mẹ mới trả 24/24 giờ. Nhiều khi nhờ cha mẹ giữ con năm ngày xong rồi cuối tuần còn nhờ giữ thêm: "Má rảnh không, giữ tụi nhỏ giùm con. Con đi ăn tiệc". Năm ngày trả nợ nó bằng cách giữ cháu rồi, mình hy vọng cuối tuần mình được nghỉ ngơi, đi chùa, đi chơi, v.v... Vậy mà cuối tuần nó cũng không tha. "Con bận đi chơi." Tưởng bận gì, bận đi chơi. Mình có từ chối được không? Nhưng con cái có thể từ chối mình: "Con bận đi tiệc rồi".

Nhưng làm cha mẹ, mình không buông con. Giận con mà thương cháu. Nhiều khi nó giận mình, không dẫn cháu đến cho mình thăm. Nhớ quá, cuối cùng mình cũng phải hạ mình. Tại vì sao? Vì ông bà thương cháu. Như vậy, con cái có dạng báo ân, nghĩa là đến để trả ơn cho mình, tức là đời trước mình đã từng làm ơn.

Cũng có những người con báo oán. Mình thương nó bao nhiêu mà nó không thấy, vẫn trách mình, giận mình. Thậm chí nó còn ganh với người anh, người chị của nó, trong khi thật ra mình thương nó, chăm sóc nó nhiều hơn mà nó không thấy, không hài lòng. Lúc nào nó cũng có chuyện để làm khổ mình, báo oán mình.

Người con báo oán thường làm khổ, gây cho mình nhiều phiền não hơn người con đòi nợ. Đòi nợ thì chỉ lấy tiền của mình thôi, không gây phiền não cho mình. Cũng có những người con vừa đòi nợ vừa làm khổ cha mẹ, làm cha mẹ khổ thân và khổ tâm. Cho nên nhiều khi nhìn người ta mình thấy tủi thân. Người Việt mình hay nói đùa: "Nhìn con cái của người ta chảy nước miếng. Nhìn lại mình chảy nước mắt". Nhưng thưa đại chúng, tất cả đều không ngoài quan hệ nhân quả với nhau, nhân duyên với nhau.

Nhiều người sinh con ra, chỉ nuôi con vì bổn phận chứ trong thâm tâm, họ không thương đứa nhỏ gì mấy. Có những trường hợp như vậy. Họ chỉ làm bổn phận của người cha, người mẹ thôi. Nhưng cũng có những cha mẹ chỉ nghe con mất ngủ thôi cũng nóng ruột. Có khi cháu mình, tức là con của con mình, mình nuôi nó từ nhỏ tới lớn và mình thương nó hơn cha mẹ nó thương nó – cũng là nhân duyên hết đó. Có nhân duyên, và cũng có quả báo. Cho nên con cái có hai dạng chính: báo ân và báo oán. Đối với đứa con báo ân, dù mình thế nào nó vẫn một lòng hiếu kính. Còn đứa con báo oán, đôi khi nó không làm khổ mình về mặt vật chất nhưng lại làm khổ mình về mặt tinh thần. Ví dụ, nó không lấy tiền của mình nhưng nó sống bê tha, khiến mình bận tâm, lo lắng. Có những người con chẳng những làm hao tốn tiền của của cha mẹ mà còn làm cha mẹ khổ tâm. Có những người con sau đó tỉnh ngộ, viết thư cho mẹ mình: "Con biết con có lỗi với mẹ lắm. Từ khi sinh ra đến giờ, con chưa bao giờ làm mẹ vui lòng. Nhưng kiếp này con xin lỗi mẹ. Chắc đây là nghiệp trước của con, nên mẹ thông cảm cho con". Pháp Hòa biết có những bà cụ ở Mỹ, ở Canada bây giờ quay về sống ở Việt Nam. Họ chấp nhận từ bỏ cơ hội thụ hưởng tuổi già của mình. Họ muốn đồng cam cộng khổ với một người con nào đó có cuộc sống khổ sở, thua kém trong số các anh chị em. Họ nói: "Tội nghiệp nó, anh em nó bỏ nó được chứ tôi làm mẹ sao bỏ nó được". Quý vị thấy không? Họ tự tâm, tự nguyện làm vậy. Tại sao? Vì mình đã nợ đứa con đó. Nó không đòi hỏi, không nói năng gì nhưng mình tự động mỗi tháng "nạp" cho nó. Giống như khi nợ người ta, mình tự biết, mỗi tháng để dành một khoản để trả. Người Mỹ lúc về già thoải mái lắm, có bao nhiêu họ hưởng bấy nhiêu. Nhưng các cụ già Việt Nam mình thì khác, có được bao nhiêu cũng đem nhét dưới gối, nhét dưới nệm, giấu trong tủ. Để làm chi biết không? Để đứa nào tới móc ra đưa cho nó. Để đứa nào tới có tiền cho nó. Có những bà cụ Pháp Hòa biết, mỗi khi lên chùa được phát bánh bao các cụ chỉ ăn phân nửa rồi gói lại. Pháp Hòa hỏi: "Sao vậy?". "Đem về cho cháu nội." Mà nó đâu có ăn. Con nít ở đây, cái gì ăn nửa chừng rồi đưa nó thì đời nào nó ăn. Chén cơm nó ăn dư nó bỏ thì mình ăn chứ mình ăn dư đưa con cháu chưa chắc gì nó ăn. Cho nên có đứa con báo ân, có đứa con báo oán. Thứ ba là đứa con đòi nợ. Đứa con này không thương yêu gì mình hết. Hễ nó cần tiền, mình đưa là lấy. Và nó cũng không cần biết tiền này từ đâu mẹ có, từ đâu cha có. Hễ con cần là cha mẹ phải có. Đòi nợ mà.

Thưa đại chúng, Pháp Hòa nói vậy để làm chi? Để khi nhìn người khác thấy hoàn cảnh của họ khá hơn mình, con họ hơn con mình, chúng ta không buồn. Nói đúng hơn là buồn nhưng không khổ. Tại vì khổ ở sâu bên trong, còn buồn thoáng nhẹ bên ngoài rồi thôi. Và cuối cùng mình phải quán chiếu lại để thấy tất cả đều có nhân quả liên đới.

Báo ân, báo oán, đòi nợ, trả nợ. Có những đứa con đến trong đời này để trả nợ cho mình, nhưng cũng có những đứa con đến đòi nợ mình. Hiểu được như vậy, chúng ta quán chiếu mỗi khía cạnh để thấy mình may mắn – mình có khả năng trả, bằng tiền dưỡng già, và có nghị lực để trả, bằng cách thấu đáo được đó là mối liên hệ nhân-duyên-quả, chứ không phải bình thường.

NĂM CÁCH BÁO ƠN CHA MẸ

Trong đời sống tinh thần của dân tộc chúng ta, Vu Lan không còn chỉ bó hẹp trong phạm vi của Phật giáo nữa. Vu Lan là ngày của tất cả những người con. Bởi vì trên đời này không ai không có cha, không có mẹ. Ngày xưa chúng ta thường tụng một bài sám:

"Nước sông nọ có nguồn mới chảy,

Hạt thóc kia có cấy mới lên.

Phàm phu cho đến thánh hiền,

Ví không cha mẹ sao nên thân này."

Từ phàm phu đến thánh hiền đều có cha mẹ. Đức Phật có cha mẹ không? Có. Ngài có bày tỏ sự hiếu thảo với cha mẹ ngài không? Có. Bằng chứng là trước khi vua Tịnh Phạn băng hà, đích thân Phật đã trở về hoàng cung và thuyết pháp bên giường bệnh của vua cha. Vua cha của ngài đã nghe pháp và trút hơi thở cuối cùng trong an tịnh. Sau đó, trong tang lễ của vua Tịnh Phạn, hàng ngàn người có thể khiêng quan tài, nhưng trong số những người khiêng quan tài có đức Phật của chúng ta. Lúc đó, chư thiên xuất hiện xin đỡ quan tài nhưng đức Phật từ chối. Ngài nói: "Không, đây là bổn phận của tôi". Đức Phật đi trong hàng ngũ của những người khiêng quan tài để bày tỏ lòng hiếu của mình.

Theo đạo Phật, có năm cách để thể hiện lòng hiếu. Trong kinh đức Phật nói mình phải tâm niệm năm điều, trong đó, một là *"Tôi nguyện nuôi dưỡng cha mẹ"*, hai là *"Tôi nguyện làm tròn bổn phận với cha mẹ"*. Nuôi thôi chưa đủ, vì trong cái nuôi phải có bổn phận. Nếu mình mướn người nuôi cha mẹ mình, người ta cũng nuôi được, nhưng mình khác họ ở chỗ mình có bổn phận trong đó. Mà nếu có bổn phận thì tình thương và sự nuôi nấng mới trọn vẹn. Pháp Hòa lấy ví dụ, con mình mới đi đâu về, nó nói: "Mẹ ơi, con đói bụng quá". Mình buồn ngủ dữ lắm nhưng nếu mình không nấu, nó ăn tầm bậy rồi bệnh thì sao. Bổn phận của người mẹ và tình thương con khiến mình ngồi dậy liền. Vì có bổn phận trong việc làm của mình, nên mình làm mà không than, không phiền, không trách. Nửa đêm con khóc, vợ mình nói: "Anh dậy cho con bú đi". "Em là mẹ mà, em dậy cho con bú đi." Là cha nên mình được phép ngủ hay sao? Nhưng nếu mình nghĩ: "Ờ, người cha cũng có bổn phận nuôi con" thì mình sẽ làm việc đó. Ông Thọ còn có sữa, huống chi người cha. Cha cho con bú là chuyện bình thường. Cho nên trong việc làm của mình phải có bổn phận. Nếu một người thầy sống bằng bổn phận của người thầy, quý vị sẽ thấy người thầy đó thương và chăm sóc đệ tử mình không thua cha mẹ. Thậm chí, nếu thấy đệ tử nào của mình hơi lung lay, mình đi xem trường nào, chùa nào có khả năng tiếp độ đệ tử, mình cầu thỉnh người ta nhận đệ tử của mình. Vì sao? Vì mình không muốn nó lạc đường sai lối.

Cho nên trong cuộc sống, trong mọi việc chúng ta làm, chúng ta phải có bổn phận. Cũng chính vì vậy mà hai người kết hôn phải có lễ cưới. Vì ngay giờ phút đó, mình lãnh trách nhiệm. Trách nhiệm của mình bây giờ là chồng, là vợ, nên mình phải có bổn phận với nhau. Và phải có hy sinh. Có bổn phận thì hy sinh có mặt. Ai lại không ham vui, nhưng là người chồng, người cha rồi mà tối nào đi làm về cũng ghé vô quán ngồi tới tối là không có bổn phận. Phải thấy bổn phận làm chồng, làm cha của mình mà về với vợ, con. Hy sinh cái vui này một chút đi, vì đã đến lúc ngừng cái vui này rồi. Lúc mình một mình nó khác, lúc mình "hai mình" nó khác, mà bây giờ "ba mình" rồi, có thêm đứa con nữa rồi. Nếu mình nuôi con mà chỉ nuôi thôi, không có bổn phận trong đó thì không có hy sinh, mà như vậy thì thiếu tình thương.

Chữ đạo trong nhà Phật nghĩa là gì? Là bổn phận. Người nào sống được với bổn phận của mình, người đó có đạo. Cho nên mình không thể nói "Tôi không có đạo". Không có đạo là không có đường đi, mà nếu anh không có đường đi thì cuộc đời anh sẽ đi về đâu? Ví dụ, Pháp Hòa nói: "Lát nữa mời đại chúng đi dùng cơm trưa".

"Đi ngả nào?" Phải hỏi đường đi, chứ nếu không thì biết ăn ở chỗ nào mà đi. Cho nên làm sao sống mà không có đạo được! Ngay cả đi ăn, mình còn phải hỏi đường đi mà. Cho nên tất cả chúng ta ngồi đây, không ai không có con đường. Người tu có bổn phận của người tu. Trụ trì có bổn phận của trụ trì. Phó trụ trì có bổn phận của phó trụ trì. Làm con có bổn phận của người làm con. Làm dâu có bổn phận của người làm dâu. Tất cả chúng ta ngồi đây, nếu ai cũng làm tròn cái đạo của mình, chúng ta mới có thể đọc câu: "Đều trọn thành Phật đạo". Phật đạo chính là những đạo chúng ta đang theo. Đạo làm chồng, đạo làm cha, đạo làm mẹ, đạo làm con... Cho nên phải nhớ: nuôi dưỡng và bổn phận.

Điều tâm niệm thứ ba là *"Phải giữ gìn gia tài và truyền thống"*. Cúng giỗ là một truyền thống. Trong nhà có bàn thờ ông bà là một truyền thống. Việt Nam mình hay lắm, ở trước nhà mình thờ ông thiên, trong nhà thờ ông bà, ở phía sau nhà thờ ông táo. Ba ông, tượng trưng cho sơ thiện, trung thiện, hậu thiện. Khi đi ra đường mình nhớ có ông trời. Làm gì cũng phải biết có ơn trên. Mình thờ ông thiên thế nào thì mới gọi là mê tín? Ông thiên là một biểu tượng nhắc mình làm gì cũng có ơn trên soi sáng. Phải, quấy, tốt, xấu. Nhờ vậy mình biết lánh điều dữ, làm điều lành. Trong nhà mình thờ ông bà để làm gì? Để biểu lộ sự kính trọng, sự thờ phượng, truyền thống. Ở sau nhà, dù ở phía sau nhưng lúc nào cũng có người coi ngó mình, nên mình phải sống thiện. Đầu cũng vậy, giữa cũng vậy và cuối cũng vậy.

Điều tâm niệm thứ tư là *"Phải bảo vệ tài sản được thừa tự"*. Trong điều tâm niệm trước, mình đã có "giữ gìn truyền thống" rồi, có "bảo vệ tài sản" rồi, còn thừa tự là từ đường, tức là nhà gốc của chúng ta. Chúng ta có bài hát: "Ngày xưa cha ngồi uống rượu, mẹ ngồi đan áo, ngôi nhà đó..." – những hình ảnh thật đẹp.

Và điều tâm niệm cuối cùng là *"Cha mẹ mất, chúng ta phụng thờ"*.

Đó là năm điều đức Phật dạy trong kinh, năm cách bày tỏ lòng hiếu. Và nuôi dưỡng cha mẹ là chúng ta phải hướng dẫn cha mẹ làm sao để chuyển hóa được tâm. Cho nên người con nào chịu khó chở cha mẹ đi chùa, hướng dẫn cha mẹ tu tập thì rất tốt. Mình cứ nghĩ như vậy: "Bồ mình đi mua sắm, một tuần mình chở đi đủ bảy ngày. Còn mẹ mình đi chùa một tuần có một ngày mà mình cũng cằn nhằn" thì nhiều khi mình thấy mình cũng có lỗi. Mình sợ bồ giận mà không lo mẹ giận. Nhưng trong cuộc sống, chúng ta sống ngược vậy đó:

"Mẹ cha thì nhớ thương mình.

Còn mình đi nhớ người tình xa xôi."

Cái đó không phải Pháp Hòa nói, mà nhà thơ Nguyễn Bính nói. Pháp Hòa bây giờ gần năm mươi tuổi rồi mà tuần nào đi giảng về, bà già cũng gọi lên hỏi: "Thầy về chưa?", "Thầy có khỏe không?". Mình nhiều khi thiếu sót, bận quá không gọi điện thoại nhưng mẹ mình thì không thiếu bổn phận với mình. Mình ít có khi nào gọi hỏi thăm mẹ mình khỏe không, chứ mẹ mình luôn gọi để xem mình có khỏe không. Cho nên thưa đại chúng, nếu nhìn lại, mình sẽ thấy mình thiếu bổn phận nhiều lắm. Ngày xưa tổ Quy Sơn nói câu này để nhắc nhở các thầy tu:

"… Lục thân cố dĩ khí ly,

Bất năng an quốc trị bang,

Gia nghiệp đốn quyên kế tự

Miến ly hương đảng

Thế phát bẩm sư."[1]

Đi tu rồi là rời cha, rời mẹ. Đối với cha mẹ cũng không tròn bổn phận mà đối với quốc gia, xã hội cũng không đóng góp được. Chỉ chọn một con đường tu là "Thế phát bẩm sư". Thế thì người tu phải làm gì? Trong khi thiếu sót trong bổn phận khác, mình hết lòng trong bổn phận tu hành của mình để mình đền ơn không chỉ cha mẹ trong một đời này mà cha mẹ trong muôn đời, muôn kiếp. Cho nên vào mùa Vu Lan, chúng ta tụng một thời kinh hướng tâm tới cha mẹ bảy đời. Quý vị đọc bài sám Vu Lan sau đây:

"Bảy kiếp cha mẹ chúng con,

Đượm nhuần mưa pháp.

Còn tại thế:

Thân tâm yên ổn,

Phát nguyện tu trì.

Đã qua đời:

Ác đạo xa lìa,

Chóng thành Phật quả."

---

[1] Thế phát bẩm sư: cắt tóc vàng thầy học đạo.

CON CÁI LÀ PHƯỚC HAY LÀ NGHIỆP?

Người ta thường nói: "Cha mẹ sinh con, trời sinh tánh". Thật ra câu đó chỉ để an ủi thôi, chứ đúng ra cha mẹ sinh con là duyên của cha mẹ, còn con được như thế nào là giữa cái nghiệp của nó và phước của cha mẹ. Ví dụ, một đứa con sinh ra bị bệnh tật, đó là nghiệp của nó. Nhưng mình không thể mang gánh cái nghiệp của con mình. Mình chỉ có thể làm gì? Mình "mang" con mình và nuôi nó cho đến ngày nó viên mãn. Nó khổ hơn mình hay mình khổ hơn nó? Nó khổ hơn mình. Tại vì nó phải mang trên người bệnh tật. Còn mình, bất quá mình chỉ chăm sóc nó mỗi ngày chứ mình không thể gánh được cho con. Cho nên rõ ràng là khi đứa con mình sinh ra không được trọn vẹn, đó là nghiệp của nó và cũng là nợ của mình. Còn nếu con mình sinh ra tốt, đó là phước của nó và cũng là nghiệp của mình, nhưng là nghiệp tốt giữa mình với nó.

Cho nên nhiều khi trong một gia đình không có đứa con nào giống đứa con nào, vì biệt nghiệp của mỗi đứa con mỗi khác. Nếu vậy, chúng chỉ có một cộng nghiệp (nghiệp chung) là làm con của mình thôi, còn mỗi đứa có thể thông minh, dại dột, tài trí, bệnh hoạn, nghèo khổ, v.v... do biệt nghiệp (nghiệp riêng) của mỗi đứa. Pháp Hòa lấy ví dụ, mình có anh chị em, rồi mỗi người có gia đình riêng – quý vị nghĩ xem, có phải như vậy là mỗi người có biệt nghiệp không? Chúng ta ở đây có một cộng nghiệp là người Việt, nhưng mỗi người, mỗi gia đình có cách sống khác nhau nên trong cộng nghiệp có biệt nghiệp. Có những đứa con sinh ra trội hơn cha mẹ, chẳng hạn như mình không được đẹp mà sinh con đẹp, mình không thông minh mà sinh con thông minh, hay mình không thành công lắm mà con mình lớn lên thành công hơn mình. Hoặc là mình không tu mà con mình lại tu. Không biết ở đây có ai như vậy không – cha mẹ không tu mà con cái tu? Nhiều bậc cha mẹ không vui khi thấy con mình đi chùa. Nhưng sao mình không nghĩ lại, con mình ham đi chùa, mình không vui, chứ nếu nó ham đi casino hay đi chơi, đi phá, mình còn khổ hơn, phải không? Mình làm cha mẹ, tới tuổi này mà mình còn chưa biết một chữ Phật, còn con mình lo tụng niệm, lo tu thì mình phải mừng, phải ủng hộ nó chứ. Nếu mình chưa đủ duyên thì yểm trợ cho con mình tu, chứ nếu mình nói rồi nó buồn, không tu nữa, có phải là mình có lỗi không?

Trong kinh, đức Phật nói: "Có những gia đình cha mẹ không tu mà có con thích tu, cha mẹ không hiền lành mà có con hiền lành, có đạo đức. Đó là đứa con *ưu sanh*".

Ưu sanh là sao? Ưu là ưu việt, ưu tú. Đứa con ưu sanh là đứa con trội hơn những đứa con khác trong gia đình. Không biết đại chúng ở đây có ai từng chứng kiến cha mẹ dữ dằn mà con cái hiền lương chưa? Đặc biệt, có gia đình cha mẹ không thờ Phật, không tụng kinh, không ăn chay, thậm chí còn có cách sống không lành mạnh nhưng lại sinh ra một đứa con vô cùng thiện lành. Cho nên thấy đứa con nào của mình phát tâm tu hành, thờ Phật, tụng kinh, mình phải mừng. Chứ nhiều khi ở nhà mình có bàn thờ Phật trang nghiêm mà con mình cả đời chưa bao giờ đi ngang qua xá một xá[1]. Một năm nó chỉ tới chùa thắp cây nhang lạy Phật một lần theo phong tục ngày Tết vậy thôi, chứ bàn thờ Phật ở nhà mình, nó không ngó tới. Cho nên nếu có đứa con nào quan tâm tới phần tâm linh thì cha mẹ phải mừng. Thật ra đó là cái phước của mình. Mình có một cái phước là có đứa con ưu sanh, nhưng mình lại thiếu cái phước phát tâm. Thưa đại chúng, kiếm một đứa con ưu sanh khó lắm.

Có những đứa nhỏ nói nhiều câu nghe chí lý, còn mình là người lớn mà nhiều khi mình nói mấy câu nghe phiền muộn. Cho nên nếu như hôm nay, sau khi học bài kinh này, mình ngẫm lại thấy con mình có nhiều điểm hơn mình về mặt tâm linh thì mình phải mừng. Pháp Hòa nhớ

---

[1] Xá: lạy.

hồi nhỏ có một bữa cả nhà ngồi ăn cơm, cha Pháp Hòa kêu Pháp Hòa đi mua cái gì đó. Pháp Hòa không mua đúng món đó mà lại mua món khác đem về. Lúc đó, cha Pháp Hòa hỏi: "Ủa, tại sao dặn đi mua cái này mà lại mua cái khác?". Pháp Hòa nói: "Cha dặn mua, nhưng họ không có món đó, mà con đi vô rồi đi ra thấy kỳ quá. Thấy mình vô, người ta mong bán được một món nên thôi kệ, con kiếm món gì con mua đại chứ để đi ra người ta thất vọng". Sau đó, khi ngồi nói chuyện với bạn bè, ông già Pháp Hòa nói: "Thằng nhỏ này coi vậy mà cái tâm nó tốt". Hồi nhỏ nghe nhận xét về mình như vậy, Pháp Hòa nhớ, nên sau này áp dụng với mấy chú đệ tử bên chùa. Nhiều khi mấy chú đi vô trường học rồi về nói: "Thầy ơi, ngày mai con xin thầy một xâu chuỗi được không?". Pháp Hòa hỏi: "Để làm gì?". Chú đó nói: "Thấy con đeo xâu chuỗi này, cô giáo con thích quá mà con không dám hứa tặng cổ. Con phải về hỏi thầy trước, nếu thầy cho thì con mới đem đi". Quý vị nghĩ mình có nên cho không? Cho. Tại vì đó là đứa con ưu sanh. Cho nên khi mình thấy con mình khởi một niệm lành với ai, mình phải khuyến khích nó. Nhiều cha mẹ la con: "Mày ngu quá à. Mày cho nó ăn hoài mà không kiếm cách ăn lại của nó". Nhiều khi quan sát con mình, mình cảm nhận nó là đứa "khôn nhà dại chợ" rồi la mắng nó, nhưng mình đâu có biết một đứa nhỏ có tâm thiện lành là điều đáng quý. Chứ nếu con mình mới nhỏ mà đã nghĩ, đã làm những chuyện trời thần đất lở, mình sẽ lo: "Trời ơi, nhỏ mà đã như vậy, lớn lên chắc chết". Vì vậy, nếu con mình từ nhỏ đã có tâm lành, mình phải khuyến khích.

CHIA SẺ TỪ TRÁI TIM

Hồi nhỏ Pháp Hòa có một thú chơi mà nhiều người không thích: Pháp Hòa đi tìm con gián, con dế, con thằn lằn, v.v…, con nào chết, Pháp Hòa làm đám tang cho nó đàng hoàng. Pháp Hòa đi lượm mấy hộp diêm (quý vị nhớ loại hộp diêm có cái hộp giấy bên trong đựng que diêm, mình đẩy ra không?), rồi lượm mấy miếng vải vụn về lót trong cái hộp đó. Hễ thấy con dế, con gián, hay con thằn lằn nào chết, Pháp Hòa bưng nó để vô trong hộp rồi quấn vải lại, giống như mình liệm người chết thiệt vậy đó. Rồi Pháp Hòa đặt cái hộp diêm đó vô cái hộp điện – cái hộp người ta làm đồ điện, lật ngược lại giống như cái xe vậy đó – rồi lấy dây kéo đi vòng vòng lên tới công viên để chôn con gián hay con dế. Thấy đứa nào trong xóm chơi đá dế, Pháp Hòa dặn trước: "Tụi bây chơi, con nào chết nhớ cho tao". Có cái nghiệp thầy chùa từ nhỏ nên thích chơi kiểu vậy đó. Thấy người ta đào đường để làm cống, sau đó làm ống nước, Pháp Hòa học theo, đi móc đất sét về nắn. Nắn gì quý vị biết không? Nắn quan tài, phơi cho khô rồi để dành một lô một lốc trong nhà, hễ con nào chết là Pháp Hòa đem liệm rồi đi chôn.

Thưa đại chúng, một đứa nhỏ chơi cái gì hồi nhỏ, lớn lên không chừng sẽ làm nghề đó. Cho nên mình mới có tục thôi nôi. Tục thôi nôi có nghĩa là mình lấy cây viết, cục đất và nhiều thứ nữa, mình bỏ vô cái rổ. Coi đứa nhỏ bắt lấy cái gì, mình đoán mai mốt đứa nhỏ lớn lên làm gì. Cho nên nếu đứa con nhỏ của mình thấy con kiến, chạy theo giẫm lên con kiến, mình đừng có mừng. Nhiều cha mẹ nói: "Hay quá con, giẫm cho nó chết đi con. Con kiến ở đằng kia nữa kìa con". Mình đâu có biết mình đang dạy con mình cái niệm ác. Một đứa nhỏ mới bây lớn mà thấy một con kiến đã biết giẫm chết thì quý vị hình dung mai mốt lớn lên nó làm gì. Nếu nóng giận mà kiềm chế được thì nó đánh người ta, còn nếu không kiềm chế được thì nó lấy cây, lấy dao giết người ta. Cho nên mình phải làm sao đó để khuyến thiện cho con mình. Mình cứ nghĩ con nít không biết gì, nhưng mình đâu có biết rằng những cái mình gieo cho nó, nó sẽ tùy theo mình.

Cho nên dạng con thứ hai, trong kinh đức Phật gọi là *tùy sanh*. Tùy sanh có nghĩa là gì? Là nếu cha mẹ tu, con tu theo, cha mẹ thiện, con thiện theo. Ngày xưa trước khi thành Phật, đức Phật A Di Đà là vua Vô Tránh Niệm. Nhà vua phát tâm cúng dường. Thấy cha mình phát tâm tu hành, tạo những tịnh độ cực lạc, hai người con của ngài phát nguyện tu theo để phò trợ cho cha và sau này trở thành Quan Âm, Thế Chí. Hai người con lớn của ngài thấy vậy cũng phát tâm – bây giờ là Văn Thù và Phổ Hiền. Cho nên Văn Thù, Phổ Hiền, Quan Âm, Thế Chí là bốn người con của Phật A Di Đà trong đời trước. Như vậy, đứa con nào sống theo cách của cha mẹ gọi là tùy sanh. Vậy nên cha mẹ phải cẩn thận để con mình tùy sanh theo mình. Hễ mình chửi bậy, con mình cũng chửi bậy theo, còn nếu mình niệm Phật, nó sẽ niệm Phật theo. Chứ hễ giận lên là mình nói "Con quỷ cái", đứa con còn nhỏ của mình sẽ nói theo dù nó không hiểu "con quỷ cái" là gì. Rồi một bữa nào đó mình đang gắp đồ ăn làm rớt bể cái chén, nó la lên: "Má là con quỷ cái". Quý vị thấy tùy sanh chưa!

Cho nên khi thấy mấy đứa nhỏ chơi với nhau rồi giật đồ chơi của nhau hay đứa này đánh đứa kia, mình phải chỉnh liền, không nên để những tật đó tiếp diễn. Bởi vì còn nhỏ mà đã như vậy, nếu được mình chiều riết thì khi lớn lên, nó sẽ có tật gì? Hễ không được là đánh. Nó thành một cái tật mà mình thường mô tả bằng câu "muốn ngăn nào được ngăn nấy". Cái đó nguy hiểm. Còn nếu cha mẹ tu, con sẽ tu theo. Pháp Hòa biết có nhiều bậc tôn đức được như bây giờ là nhờ cha mẹ. Giống như sư phụ của Pháp Hòa, tức thầy viện chủ, thầy đi tu là nhờ bà ngoại. Bà ngoại thầy đi chùa dẫn thầy theo, rồi mỗi lần vô chùa được tụng kinh, được ăn chè, thầy thích quá nên đi tu. Thầy viện chủ xuất gia năm mười lăm tuổi. Còn Pháp Hòa, lúc năm tuổi thấy hàng xóm thắp nhang, Pháp Hòa cũng lượm cái chân nhang rồi giả bộ đứng trước bàn thờ Phật xá xá. Thấy người ta thỉnh chuông mà mình không có chuông, Pháp Hòa lấy cục gạch gõ vô cột điện cho nó kêu boong boong giống tiếng chuông rồi xá xá. Thấy người ta tụng kinh mà mình không có mõ, có chuông, Pháp Hòa về lấy hai cái chén ra gõ. Thấy các thầy đi khất thực, Pháp Hòa không có y nên về lấy cái mền quấn quanh người làm y. Mình không có bình bát để ôm như mấy thầy nên lấy miếng dừa[1] làm cái bát.

Cho nên nếu mình sinh một đứa con, mình sống tốt thế nào thì con mình cũng sống được như vậy. Lúc đó mình có thể nhận diện "À, đứa con này là con tùy sanh, là tùy sanh tốt", phải không? Nhưng nếu lỡ mình mắng, xả, mình um sùm, mình thế này, thế kia, con mình cũng sẽ

---

[1] Miếng dừa: gáo dừa.

học những câu nói đó. Cũng là một dạng tùy sanh, mà tùy sanh ở mặt xấu.

Bây giờ đến dạng con thứ ba. Nếu cha mẹ tu hành, làm thiện, làm lành mà đứa con lại không thiện, không lành thì đứa con đó, đức Phật gọi là *liệt sanh*. Chữ liệt này là gì? Là hạ liệt, là thấp kém. Nhiều khi cha làm thầy mà con đốt sách, cũng có khi cha mẹ tu hành quá trời mà con cái không tu, hay cha mẹ thiện lành quá chừng, bố thí quá chừng mà con cái lại bỏn sẻn, không biết bố thí, làm lành. Thưa đại chúng, nếu đứa con đó từ nhỏ tới lớn sống như vậy rồi mai mốt nó có vợ, có chồng, ở với một người thiện lành mà tâm nó không thiện lành thì người thiện lành sẽ đau khổ: "Trời ơi, tôi muốn bố thí mà ông nhà tôi không cho tôi bố thí. Hễ thấy tôi cho ai cái gì là ổng về la mắng tôi um sùm". Cho nên nhiều khi chính vì vậy mà có nhiều người làm phước mà làm lén, không dám nói cho người thân biết. Vì người thân của họ không phát tâm lành, thấy người nghèo cứ dửng dưng. Người thân của mình chưa bao giờ có ý niệm gì về việc làm lành nên bây giờ thấy mình làm lành cứ hỏi: "Hồi nãy cho bao nhiêu vậy?". "Mười đồng." "Cho chi dữ vậy? Sao không cho năm đồng?" Vậy mà đi chơi, đánh bài, nhậu nhẹt hàng trăm, hàng ngàn đồng thì không sao. Quý vị thấy dạng này cũng nhiều, phải không? Nhiều lắm. Cho nên nhiều khi mình phải nhìn thấy tâm mình hiện giờ nó như vậy, nhất là khi mình sống với một người thiện lành. Nếu mình chưa phát được tâm lành mà người phối ngẫu hay người thân của mình phát được tâm đó, mình đừng nói gì. Mình không làm thì cũng đừng nói.

Nếu mình đã không làm mà còn buông lời phỉ báng, mắng la thì tội nghiệp quá. Nếu đời này mình như vậy, đời sau cũng như vậy và muôn kiếp cứ như vậy, đến khi nào mình mới thoát đây?

Thưa đại chúng, đức Phật dạy có ba dạng con: ưu sanh, tùy sanh và liệt sanh. Nhưng nếu lỡ mình có một đứa con liệt sanh, tâm hồn mình cũng đừng liệt theo nó. Mình phải thừa nhận đây là nghiệp của mình, cho nên mình không thể dùng sức lực, miệng mồm để la rầy, chửi mắng nó mà phải dùng sức tu của mình để chuyển tâm niệm của nó. Bởi vì tất cả mọi hành[1] xấu của nó đều do tâm, nên nếu muốn chuyển nó, mình phải chuyển cái tâm của nó, đồng thời với cách sống của mình. Ví dụ, bữa nào về nhà ngồi vô mâm cơm nó cũng mắng người này, nói người kia. Mình nói: "Thôi con, mình tha thứ được cho người ta một lần cũng tốt con". Quý vị ơi, thuyết pháp cho chúng sanh là phải rỉ rả như vậy.

Thưa đại chúng, trước khi chúng ta kết thúc bài này, Pháp Hòa xin nhắc lại. Trong tất cả chúng ta, ai không có con, đừng buồn. Không có con tức là không có nghiệp, không có nợ. Còn nếu ai có con mà con hơn mình thì mình biết đó là phước của mình. Nó là đứa ưu sanh. Nếu nó thuận theo mình – mình sống tốt, nó sống tốt – đó là tùy sanh. Còn lỡ gặp đứa con không tốt dù mình thiệt tốt, mình biết đó là liệt sanh. Mà liệt sanh là do nghiệp. Vậy thì bây giờ mình phải tu để chuyển nghiệp của đứa con đó,

---

[1] Hành ở đây có thể hiểu là hành động, nhưng cũng có nghĩa là thái độ, lựa chọn, quyết định.

đồng thời chuyển nghiệp của chính mình. Khi mình hết nghiệp, phước sanh thì tự nhiên nó cũng bớt làm khổ mình. Còn nếu như mình cứ bị nó làm khổ hoài mà bản thân mình không tu thì cũng giống như mình bệnh mà cứ đi ra gió. Mình bệnh mà không chịu ở nhà cho hết bệnh, cứ ra gió hoài rồi nói tôi phải thế này, tôi phải thế kia. Thật ra nếu cứ như vậy, mình chẳng những không hết bệnh mà còn làm phiền người khác nữa. Cũng vậy, nếu mình lỡ có một người con chưa biết đạo (chữ đạo Pháp Hòa dùng ở đây không phải chỉ là đạo Phật; chưa biết đạo là chưa biết hướng về cái thiện, cái lành) thì mình cũng đừng khổ. Tức là thay vì ngồi đó khóc than, buồn bã, mình dành thời gian đó để tu, để chuyển nghiệp tâm của con mình, và chuyển nghiệp của chính mình. Khi đã tự mình chuyển nghiệp thì tự nhiên hết nợ, thì nó bớt đòi. Và khi nó hiểu ra được bản chất của cuộc đời này và nhân duyên với cha mẹ, nó sẽ tự động bớt làm khổ mình.

CÓ HIỂU
MỚI CÓ THƯƠNG

Đối với những đôi vợ chồng mới cưới, vài lời khuyên không đủ đâu. Pháp Hòa thường hỏi họ ngắn gọn thôi: "Anh chị thương nhau rồi phải không? Nhưng mà hiểu nhau hết chưa?". Chưa. Mới hiểu một chút thôi là lấy nhau làm chồng, làm vợ. Về sống chung với nhau rồi "tật nguyền" nó mới sinh ra. "Trời ơi, tui đâu có biết ổng có nhiều tật dữ vậy". Tại vì lúc gặp nhau "tinh tú quay cuồng", đâu có nhớ, đâu có thấy gì, đúng không? Đạo Phật dạy mình hai phương thức ứng xử. Một là thương, hai là hiểu.

Nếu hai người thương nhau mà không hiểu nhau thì càng thương càng "bị thương". Cả hai đều "bị thương". Pháp Hòa lấy ví dụ, mình thương một người. Mình thương người đó quá nên mình làm đủ thứ. "Trời ơi, mình thương người đó như vậy, mình làm biết bao nhiêu việc cho người đó mà người đó không bao giờ cảm nhận được hết." Như vậy, càng thương mình càng khổ, vì mình thấy mình thương nhiều mà chẳng được bao nhiêu. Người kia cũng khổ: "Trời ơi là trời, cho tôi một chút không gian để thở". Như vậy là thương mà không hiểu. Thương là phải hiểu. Ví dụ, quý vị thương Pháp Hòa không? Thương. Quý vị thương nhưng quý vị có hiểu Pháp Hòa không? "Trời ơi, tôi thương ổng quá. Để tôi đi mua cho ổng một ly đá bào." Trời lạnh mà mua cho "em" một ly đá bào, "em" lạnh cuống họng muốn chết, làm sao "em" nói nổi? Thương là phải hiểu. Mình thương là một chuyện, nhưng mình phải hiểu.

Vợ chồng thương nhau, nhưng mới hiểu nhau một phần thôi, chưa hiểu hết đâu. Càng sống với nhau thì cái thương, cái hiểu, cái cần hiểu mới bắt đầu lớn ra. Quý anh chị nào mới cưới thì liên lạc về chùa Trúc Lâm, Pháp Hòa gửi mấy bài giảng dành cho các cặp vợ chồng. Như Pháp Hòa từng kể, có hai vợ chồng chuẩn bị ngày mai đi ký giấy ly hôn. Tối hôm đó, bà má vợ năn nỉ hai vợ chồng nghe bài giảng *Bảy loại vợ* của thầy Pháp Hòa. Hai người nể lời bà má, nghe bài giảng đó. (Bài giảng đó được lấy từ một bài kinh đức Phật giảng về bảy loại vợ chồng.) Nghe xong bài giảng, hai người không ký giấy nữa.

Pháp Hòa làm đám cưới cho nhiều cặp lắm, nhiều lúc Pháp Hòa phải bay qua tận Mexico làm lễ cưới. Pháp Hòa nói: "Bây giờ nếu muốn thầy qua làm lễ cho đám cưới này, mấy đứa mua cho thầy vé máy bay. Bay qua làm lễ xong, thầy bay về liền trong buổi chiều. Pháp Hòa qua tới nơi lúc mười một giờ sáng. Mấy em ra phi trường đón Pháp Hòa vô. Mười hai giờ đúng, Pháp Hòa ra biển làm lễ cho các em. Mấy nơi đó đâu có chỗ để làm lễ đâu, toàn ở ngoài biển không à, cho nó lãng mạn. Làm lễ xong hết, mấy em đưa Pháp Hòa ra phi trường lại, lấy vé chuyến bay buổi chiều để bay về. Mấy em cứ năn nỉ Pháp Hòa ở lại. Đó không phải là chỗ hợp với mình. Mấy đứa nó hưởng tuần trăng mật, mình thì chắc chỉ trăng với gió thôi chứ mật gì. Trong buổi lễ đó, lễ nghi tôn giáo chỉ trong vòng mười phút thôi – cầu nguyện Phật gia hộ. Chủ yếu là phải nói cho được ý nghĩa, đạo lý vợ chồng, và ý nghĩa của chiếc nhẫn – tại sao phải đeo nhẫn, tại sao nhẫn có hình tròn, chữ "nhẫn" có nghĩa là gì, và tại sao lấy vàng bạc làm chất liệu, nói cho các em nghe. Rồi Pháp Hòa khuyên các em cố gắng phát triển hiểu biết và thương yêu. Mỗi một việc gì mình không hiểu nhau, mình đem ra mình nói. Hai vợ chồng có thể tổ chức những buổi pháp đàm, ngồi lại chia sẻ với nhau những khó khăn, bế tắc, khổ đau, và lắng nghe nhau. Vợ nói chồng nghe, chồng nói vợ nghe. Hai người cùng nói thì hàng xóm nghe. Còn nếu hàng xóm nghe hết nổi thì luật sư nghe.

ĐỒNG VỢ ĐỒNG CHỒNG

N gười ta thường nói "Đồng vợ đồng chồng tát biển Đông cũng cạn". Đồng tâm, đồng chí, đồng hành, cái gì cũng đồng thì mọi việc đều như không. Theo lời Phật dạy, vợ chồng nếu muốn hạnh phúc thì nên thực tập bốn điều.

Điều thứ nhất: nếu có duyên là vợ chồng, hãy là hai người *đồng tín*. Đồng tín là gì? Là có cùng một niềm tin, rằng có thể xây dựng gia đình hạnh phúc. Nếu nói về đức tin, tín ngưỡng, hai người có cùng tín ngưỡng dù sao cũng ít xích mích hơn. Tuy rằng lúc đầu mình nói đạo ai người nấy giữ, nhưng khi đi vào cuộc hôn nhân, có con cái rồi sẽ thấy điều này không dễ. Với người cởi mở thì không sao, chứ người không cởi mở thì có nhiều việc rất khó xử.

Cho nên vợ chồng có cùng đức tin thì tốt. Ví dụ, chồng đi chùa, vợ cũng đi chùa, hai vợ chồng cùng ở chùa, ở tới khuya cũng không sao hết. Nhưng nếu chồng đi chùa mà vợ không đi, hay ngược lại, thì người đi chùa sẽ hồi hộp lắm – đi mà phải canh giờ về sớm. Nhất là mấy cô, chồng ở nhà mà mình đi chùa thì sợ lát nữa về bị "giũa"[1]. Đó là một cái khó chịu. Cho nên nếu mình có cùng đức tin, cùng một cái tín với nhau thì sẽ làm cho nhau thêm hạnh phúc.

Ở đây, Pháp Hòa biết rất nhiều gia đình mà vợ chồng, con cái cùng tu. Pháp Hòa nghĩ như vậy rất thuận tiện. Bây giờ nếu cha mẹ đi chùa mà con cái không đi, con mười bốn, mười lăm tuổi, để ở nhà mình cũng lo lắm. Đi rồi cũng phải tranh thủ về, vì mình sợ nó ở nhà đi chơi với bạn bè hay không lo học hành. Cho nên các con nhớ nha, mấy đứa mười bốn, mười lăm tuổi, nếu cha mẹ rủ đi chùa, các con đi cho cha mẹ yên tâm. Nhiều khi món quà lớn nhất mà các con tặng cho cha mẹ là đi chùa với cha mẹ. Cha mẹ cũng chẳng cần các con mua quà gì, các con đi chùa với cha mẹ, vô chùa lạy Phật thì cha mẹ đủ vui rồi. Tại vì cha mẹ biết đó là nơi thiện lành nên mong mỏi các con tới. Bây giờ nếu các con nói các con không hiểu tiếng Việt, không sao hết. Ít nhất các con cũng thấy được hình ảnh chùa và biết đây là văn hóa truyền thống. Chưa hiểu được tiếng, nhưng các con hiểu được cảnh. Mai mốt nếu cha mẹ trăm tuổi, các con biết phải đi về đâu để tìm người giúp đỡ, lo lắng cho cha mẹ và các con tiếp tục duy trì truyền thống đó cho cha mẹ.

---

[1] Giũa: la, mắng.

Cho nên món quà mà các con có thể tặng cha mẹ là cùng với cha mẹ đi chùa, ví dụ một tháng các con đi chùa với cha mẹ, ăn chay một ngày. Đó là *đồng tín*.

Thứ hai là gì? *Đồng giới*. Đồng giới có nghĩa là vợ chồng có cùng chí nguyện tu hành với nhau. Pháp Hòa thấy nhiều khi vợ quy y, chồng không chịu quy y. Vợ vô chùa nói "Con ghi tên luôn cho ông xã con quy y nhưng con không nói cho ổng biết". Quy y giùm mà. Có chuyện quy y giùm không? Có đó. Đó là vì người vợ thương chồng, muốn chồng mình cũng quy hướng Phật pháp. Nhưng nhiều khi người vợ có nỗi khổ không nói ra được. Ví dụ chồng coi phim mà vợ nghe giảng pháp cũng là một vấn đề. Cho nên rất là khó. Phật dạy để hạnh phúc gia đình tăng trưởng, mình phải chịu khó một chút. Ví dụ, khi trong nhà có tiệc, mình đừng bao giờ từ chối tham gia. Nhiều khi con cái mời đi ăn, cha mẹ nói: "Thôi, ba mẹ ăn chay, ba mẹ không đi". Đừng đặt nặng việc đó, quan trọng là mình đi với gia đình, con cái. Còn mình ăn gì thì tùy theo ý thích của mình, ví dụ, mình ăn salad, mình ăn những thứ chay trên bàn ăn. Quan trọng là con cái muốn có sự có mặt của mình thì mình không nên từ chối. Mình muốn con mình đồng tín, đồng giới với mình mà mình không *đồng* với con thì làm sao được. Quý vị nhớ là Phật về với chúng sanh chứ hiếm khi chúng sanh về với Phật. Mình quên Phật dễ dàng chứ Phật đâu có dễ quên mình. Giống như mình nhớ người yêu nhiều hơn chứ ít khi nhớ cha mẹ, như trong câu thơ của Nguyễn Bính: "Mẹ cha thì nhớ thương mình. Mình đi thương nhớ người tình xa xôi".

Cho nên chữ "đồng" có nghĩa là nếu thấy người kia chưa *đồng* với mình, mình chịu khó lui về *đồng* với người ta. Tu là ở chỗ đó. Mình có thể chạy bộ thì cũng chẳng sá gì việc đi bộ. Mình chạy còn được huống chi đi. Cho nên nếu người đó chỉ đi bộ thôi, thì thay vì chạy trước, mình chậm lại để đi cùng người đó. Quý vị để ý, có nhiều khi hai vợ chồng đi chợ với nhau, ổng te te đi trước rồi rốt cuộc ổng cũng đứng ở đằng trước ổng chờ. Cho nên người ta có câu: "Muốn đi nhanh hãy đi một mình, muốn đi xa hãy đi cùng nhau". Là người tu (tạm thời mình nói mình có tu đi), mình không nên chấp trước những người chưa tu. Mình phải *đồng* với họ để cảm hóa họ. Hồi Pháp Hòa còn học trung học, những người bạn cùng lớp không bao giờ gọi Pháp Hòa là ông thầy tu. Một là gọi là chú tiểu, hai là gọi tên. Một đứa bạn của Pháp Hòa, mới bắt đầu học Phật thôi nhưng đi tới đâu ai cũng kêu "Ê, ông thầy tới kìa", tại vì gặp ai ở đâu nó cũng giảng hết. Còn Pháp Hòa thì không khác những đứa bạn cùng lớp. Có đứa ngồi dưới đất ăn trưa ở ngay dãy tủ đựng đồ, Pháp Hòa cũng ngồi xuống ăn với nó. Vô căn tin ăn, Pháp Hòa cũng ngồi chung với mấy đứa bạn. Nó ăn gì nó ăn, mình cứ lấy bánh mì, đậu hũ, chả lụa của mình ra ăn bình thường. Riết rồi từ từ nó đi theo Pháp Hòa về chùa.

Thưa đại chúng, trong gia đình của chúng ta cũng vậy, đôi khi mình hướng có một chiều: "Trời ơi, sao con tu quá chừng mà người nhà của con không chịu tu". Bây giờ mình phải nhìn lại cách mình đi chùa, mình đi kiểu đó sao người ta đi nổi. Ngày Chủ nhật có mấy tiếng đồng hồ mà mình niệm Phật hết sáu tiếng. Người ta phải theo mình niệm Nam mô A Di Đà Phật tới sáu tiếng đồng hồ rồi còn đi vòng vòng nữa, mệt lả người thì còn làm gì nổi nữa. Cho nên mình tu có giờ, có giấc để người thân của mình cùng tu được với mình. Bây giờ con mình không ăn chay được nhiều, vậy thì một tháng một ngày thôi, để ăn chung. Mà đừng có nhất thiết phải ăn chay vào ngày rằm hay mùng một gì hết. Ví dụ như mỗi Chủ nhật hay thứ Hai đầu tháng – nấu một ngày chay vào đầu tháng và cả nhà cùng ăn. Đó là Bồ Tát quyền thừa, là những vị Bồ Tát biết ứng dụng phương tiện để đi gần với chúng sanh.

Cho nên Pháp Hòa thường nói khi người ta đã không *đồng* với mình rồi, người ta đi từ từ còn mình cứ chạy hoài thì họ chạy theo sao được. Lùi lại một chút đi, đi bằng với người ta. Mình muốn độ chồng, con mình, độ từ từ. Cái đó gọi là đốn ngộ mà tiệm tu. Đốn ngộ là ngộ ngay tức thì. Nhưng tu thì tu từ từ. Như quý vị đốn ngộ rồi, giờ hiểu đời là vô thường, sống nay chết mai. Còn tiệm tu là quý vị bắt đầu tập ăn chay, tập niệm Phật, tập tụng kinh, tập nhẫn nhục. Mình nhẫn được năm lần, chửi một lần thôi cũng được (hồi xưa mình chửi sáu lần). Tiệm tu là vậy.

Thưa đại chúng, như vậy là đồng tín và đồng giới. Giới ở đây là những gì chúng ta giữ, và chúng ta hãy *đồng* với nhau mà làm.

Cái thứ ba là gì? *Đồng bố thí*. Đồng bố thí là sao? Là vợ chồng phải chia sẻ với nhau. Pháp Hòa lấy ví dụ, đừng nghĩ có tiền đem cho người ta mới gọi là bố thí. Vợ chồng, con cái trong gia đình vẫn bố thí cho nhau được. Ông chồng đi làm về thấy nguyên một đống chén bát chưa rửa, bố thí cho vợ mười phút đi rửa đống chén bát đó. Vợ về tới nhà thấy chén bát sạch sẽ, cười hề hề đi vô nấu ăn. Mình biết rất rõ một lát bả về, đang mệt mà thấy một đống chén như vậy, bả còn bực thêm. Hay là nồi cơm điện hết cơm mà không giật cái phích cắm ra. Hay múc canh ăn hết rồi mà vẫn để cái nồi trên bếp, không chịu nhấc nó xuống, "cho nước vô ngâm giùm để một lát tôi về tôi rửa cho nó khỏe". Cứ những việc lút chút, lút chút như vậy mà sinh chuyện chứ có gì đâu. Mình nói: "Tôi đi làm về mệt", bả cũng nói: "Bộ tôi không mệt hả? Tôi còn phải nấu ăn nữa", đúng không? Mình biết mệt thì người khác cũng biết mệt, cho nên thôi thì bây giờ mình giúp cho người đó bớt cái bực, cái buồn, đó là bố thí.

Có một người tới gặp Phật: "Bạch đức Thế Tôn, sao kiếp này con khổ quá, con nghèo quá". Đức Phật nói: "Tại đời trước ông không bố thí và đời này ông cũng bố thí chưa đủ". "Bạch đức Thế Tôn, con nghèo quá con không có của để bố thí." "Tôi đâu có biểu ông bố thí tiền bạc, ông bố thí nụ cười được không? Gặp ai cũng cười, cũng chào, ông làm được không?". "Dạ, bạch đức Thế Tôn, con làm được." "Thế thì ông dư của bố thí rồi đó." Nhan thí được không? Nhan là nhan sắc – cho người ta dung mạo vui tươi của mình. Gặp người ta mình tươi cười, vui lên chứ có gì đâu mà lạnh ngắt. Rồi bố thí gì nữa? Bố thí tâm lực – thấy người ta khổ, mình gia tâm, bố thí sức lực, giúp đỡ người ta. Thấy người ta bưng cái bàn nặng, mình nghe hô "Tránh ra" mà mình không tránh, để người ta khiêng muốn chết. Thay vì vậy, mình lại mình đỡ cho người ta, có phải tốt không.

Cho nên chữ đồng bố thí có nghĩa là vậy. Nhiều khi vợ chồng hay người trong gia đình cần chia sẻ với nhau. Nhà mình bây giờ qua nước ngoài hết rồi, nhưng có thể chồng hay vợ mình có một số người thân còn ở bên[1], mình cũng nên nhẹ nhàng, một năm cho ít trăm gửi về giúp gia đình, tại vì nếu không giúp được cho gia đình, người ta cảm thấy khó chịu. Có những trường hợp không cùng bố thí dẫn đến những cái buồn khổ, rồi bên nhà trách móc đủ thứ hết. Ngoài ra, làm được việc gì lành, mình nên làm, thấy ai khổ, mình nên chia sẻ, dĩ nhiên là trong khả năng của mình. Đó là đồng bố thí.

Cái cuối cùng là gì? *Đồng trí tuệ*. Đồng trí tuệ là sao? Vợ chồng nếu có cùng hiểu biết với nhau thì thuận tiện lắm. Bây giờ mình đừng nói chi xa, ví dụ, vợ là người gốc miền Tây, chồng là người miền Bắc, mà hồi nào tới giờ vợ chưa biết miền Bắc, còn chồng cũng chưa biết miền Nam, nhiều khi muốn nói chuyện cũng khó nữa. Người vợ muốn nói tới cây dừa, sông nước của miền Tây nhưng không biết nói sao vì người chồng không biết, rồi người chồng muốn nói tới hồ Hoàn Kiếm, người vợ cũng không hình dung được. Đó chỉ mới là tình huống khác nhau về địa phương thôi, chưa nói tới sự chênh lệch trong hiểu biết. Đồng hiểu biết ở đây có nghĩa là cùng mở lòng học hỏi. Nhiều khi đứa con về nói cho mẹ nó nghe những khó khăn của nó, bà vợ

---

[1] Ý nói ở Việt Nam.

mới vừa kêu "Nè ông, ông…" thì ông chồng đã nói "Thôi, tôi không cần biết chuyện của nó. Nó nói với bà thì bà tự giải quyết cho nó đi". Cứ như vậy, riết rồi mình hoàn toàn không biết gì về con mình hết, rồi làm sao cùng chia sẻ? Cho nên trong nhà Phật, chúng ta có các khái niệm Phật nhãn, pháp nhãn và tăng nhãn. Tăng nhãn là cái thấy chung của tất cả mọi người. Mọi người phải cùng một cái thấy, mỗi người thấy một khía cạnh, thì mới đóng góp được cho tăng thân, cho đạo tràng, cho đạo, cho nhóm của mình trong cộng đồng thêm mạnh.

Thưa đại chúng, nói tóm lại, chúng ta đều là những tương duyên, gặp nhau từ đời cho tới đạo và gặp nhau bằng nhiều cách. Chúng ta hãy trân quý những cái duyên khiến chúng ta gặp nhau. Và khi đã gặp nhau, đã sống chung thì không thể nào không có những va chạm. Bởi vậy người ta thường nói hội họp. Có hội thì phải có họp, phải không, mà họp thì phải "hành". Họp hành. Họp thì phải có tranh cãi. Hễ có đụng thì phải có chạm, gọi là đụng chạm. Chúng ta thường gọi nhau là đại chúng, mà đại chúng là "đụng cháy". Cho nên mình gặp nhau thể nào cũng có những chuyện như bất đồng với nhau, làm mặt lạnh với nhau hay bộc lộ sự tức, giận với nhau. Thậm chí nhiều khi mới đầu định hợp tác nhưng cuối cùng hợp tác không thành do giận nhau, buồn phiền nhau. Do đó trong cộng đồng, gia đình và trong tất cả mọi việc, nếu chúng ta thiếu cái hiểu của tương duyên, của thông cảm, của tương đồng – đồng tín, đồng giới, đồng bố thí, đồng trí tuệ – thì sẽ có chuyện xảy ra. Trong mọi việc, chúng ta đều phải mở lòng và thông cảm cho công việc của nhau. Nếu mình không giải quyết mà vợ hoặc chồng mình giải quyết theo cách trái ý mình, hãy khoan giận, tức. Lý do tại sao vợ/chồng mình lại giải quyết như vậy? Chúng ta lắng nghe rồi mới có thể mở lòng, thông cảm. Thưa đại chúng, đức Phật là một người thầy chứ không phải là một ông thần. Đức Phật cũng được sinh ra như chúng ta, cũng lớn lên, ăn, uống, ngủ, nghỉ, hít thở như chúng ta. Vì vậy ngài rất hiểu chúng ta, cung ứng cho chúng ta những bài pháp ngắn gọn để ứng dụng trong cuộc sống. Chỉ cần gia đình mình êm thấm, hạnh phúc thì đạo sẽ hạnh phúc. Bởi vì gia đình hạnh phúc là do đâu? Do mình học đạo rồi thực hành. Nếu mình muốn đạo Phật của mình hay đạo nói chung hưng thịnh, mỗi gia đình phải học đạo, tu đạo, để một ngày nào đó cùng chứng đạo. Chứng đạo là gì? Là mỗi người chúng ta làm đúng bổn phận của mình. Cho nên mỗi ngày chúng ta đều tụng bài Hồi hướng sau cùng:

"Nguyện đem công đức này

Hướng về khắp tất cả

Đệ tử và chúng sanh

Đều trọn thành Phật đạo."

Đệ tử, tức là mình, và chúng sanh đều trọn thành Phật đạo. Nếu chúng ta biết "hồi" (mình) trước khi "hướng" (chúng sanh) thì cả hai đồng thành Phật đạo.

ĐẠO THẦY TRÒ

Người xưa dạy: "Sinh ra ta là cha mẹ, mà giúp cho ta được thành tựu là các bậc thầy và các thiện tri thức". Tại vì cha mẹ sinh ra mình, sinh ra hình hài này, vóc dáng này và dạy dỗ mình, nhưng người giúp mình thành tựu, cho mình trí tuệ, hiểu biết là các vị thầy của mình.

Nhưng những vị thầy của mình không phải chỉ ở trong đạo, mà cả ở ngoài đời nữa. Căn bản nhất là những vị thầy ở ngoài đời. Nhiều khi mình lớn lên mới học đạo, còn người dạy mình biết chữ, dạy mình biết đọc, biết viết, cho mình những kiến thức cơ bản nhất là thầy cô giáo ở trường. Cho nên ngày xưa người ta quý các vị thầy đến mức họ được xem như cha mẹ, vua chúa. Vì vậy người ta nói "Quân, sư, phụ". Quân là vua, sư là thầy, phụ là cha.

Nghĩa là ông vua, người thầy và người cha là ba bậc mà mỗi người phải tôn kính trong đời. Thậm chí vua bắt mình chết, mình phải chết – "Quân xử thần tử, thần bất tử bất trung". Vua xử mình chết mà mình không tuân lệnh vua tức là mình không trung thành với vua. Và "Phụ xử tử vong, tử bất vong bất hiếu", nghĩa là nếu cha mình nói mình phải chết mà mình không tuân theo, mình bị coi là gì? Là con bất hiếu. Đó là quan niệm của người xưa. Thời nay mình không rập khuôn theo lời dạy đó, nhưng mình cần thấy được ý nghĩa. Tại sao người xưa quý trọng người thầy như vậy? Thậm chí người xưa còn có câu "Nhất tự vi sư, bán tự vi sư" – một chữ cũng là thầy, nửa chữ cũng là thầy.

Trong kinh, đức Phật dạy có bốn cái ơn[1] mà chúng ta không nên quên, trong đó có ơn cha mẹ và ơn thầy, tổ. Thầy, tổ là tất cả những người đã dạy chúng ta, kể cả những người dạy mình biết đọc, biết viết hay toán, lịch sử, v.v… Họ đều là những bậc mà chúng ta cần tôn kính. Những vị thầy dạy mình biết tính toán là *trí dục*, dạy chữ cho mình gọi là *giáo dục*, dạy mình thể thao gọi là *thể dục*, dạy mình biết vẽ đẹp, viết chữ đẹp là *mỹ dục*, còn dạy cho mình đạo đức thì gọi là gì? *Đức dục*. Như vậy, theo cách học của trường ở Việt Nam có năm bậc thầy dạy cho mình năm thứ: giáo dục, thể dục, trí dục, mỹ dục và đức dục. Và người Việt mình cần phải học gì trước tiên? "Tiên học lễ, hậu học văn." Người giỏi chữ nghĩa mà không biết lễ, không có lễ giáo thì cũng không được. Cho nên đi vào chùa, chúng ta phải học nghi lễ, tức hình thức uy nghiêm, chứ không phải

---

[1] Tứ ân: ơn cha mẹ, ơn thầy bạn, ơn nhà nước và ơn chúng sanh.

chỉ học kinh. Cầm một quyển kinh như thế nào, xá chào một vị xuất gia cung kính ra sao, nói chuyện với các vị thầy lớn như thế nào, rồi đi vào thưa đạo, hỏi đạo như thế nào. Như vậy không phải là mình áp đặt những người nhỏ, mà để mình biết cung kính, biết tôn trọng. Khi muốn học hỏi về giáo pháp, mình phải mặc y phục chỉnh tề, chắp tay trang nghiêm, để làm chi? Để lời dạy về giáo pháp được tôn trọng, mà có sự tôn trọng đối với lời dạy, đối với người dạy thì lời dạy đó mới đi vào trong tâm thức của mình. Và chính hình ảnh đẹp đó mới hướng dẫn cho người sau. Ở đây có quý vị nào nhớ ở Việt Nam mình, mỗi khi thầy cô giáo vừa bước vô lớp, tất cả học sinh phải làm gì không? Đứng dậy hết và khoanh tay lại, đồng thanh chào thầy, cô giáo. Phải có hình ảnh đó. Tôn sư trọng đạo. Nếu không có tôn sư trọng đạo, mình sẽ không thành đạo gì hết, cho nên "tiên học lễ".

Trong kinh, đức Phật dạy người học trò: đối với người thầy của mình, đầu tiên, phải giữ lòng kính trọng. Hai là phải quan tâm chăm sóc. Thế nào là quan tâm chăm sóc? Ví dụ, mình biết thầy của mình khi lớn tuổi có những nhu cầu gì về thức ăn, thức uống. Các vị thầy trong đạo đều có một đệ tử chăm sóc gọi là thị giả. Còn ở ngoài đời, một ví dụ về sự quan tâm là học trò ở Việt Nam lâu lâu có những món quà cho thầy cô của mình. Không phải là mình hối lộ cho thầy, mà đó là một chút quà để nói lên tấm lòng, sự tôn trọng, trân quý ân đức của thầy cô giáo đối với mình.

Ngày xưa, người thầy lấy cái đức để dạy học trò. Thấy học trò nào học dở hay gặp khó khăn, thầy quan tâm nhiều hơn, thậm chí còn dạy thêm không lấy tiền. Nếu trò không biết hay không hiểu bài, sau giờ học thầy ở lại chỉ dẫn cho trò. Nhiều khi thầy còn cho địa chỉ nhà để trò tới nhà của thầy, nhờ thầy hướng dẫn thêm cho mình. Đó là những bậc thầy có tâm, đức đối với học trò. Chính vì ngày xưa các thầy cô giáo có tâm như vậy nên bây giờ, dù họ ở phương trời nào, học trò của họ cũng tìm tới để thăm. Pháp Hòa biết có vài Phật tử nay đã ngoài bảy mươi, tám mươi tuổi mà học trò của họ, những người đã sáu mươi, bảy mươi tuổi, vẫn đi tìm họ để thăm viếng. Hình ảnh người thầy đẹp như vậy đó. Cho nên đối với thầy cô giáo, thứ nhất là phải kính trọng. Tại sao? Vì không tôn kính thì không thể tiếp nhận. Hồi mới qua đây, Pháp Hòa hơi sốc khi thấy học trò ở đây không có sự tôn kính này đối với thầy cô giáo. Nhiều người còn ngồi ngang hàng với thầy cô hoặc gác chân lên bàn khi nói chuyện. Thậm chí nếu thầy cô nói gì sai, học sinh đứng dậy cãi. Tại vì xã hội ngày nay không đề cao cái đó nên học sinh cũng phần nào bị ảnh hưởng. Nhưng đúng ra lễ nghi là điều phải giữ, vì nếu không kính thầy, mình sẽ không tiếp nhận lời thầy. Và nếu mình không tiếp nhận, cái chất học của mình sẽ không được trọn vẹn đâu.

Cho nên muốn làm thầy, mình phải kính thầy. Cũng giống như nếu muốn được người ta trọng, mình phải trọng người ta trước. Đó là điều tất yếu. Cho nên theo lời Phật dạy trong kinh Thiện Sanh hay kinh Lễ Sáu Phương, đối với người thầy, thứ nhất là phải kính trọng. Thứ hai, phải quan tâm chăm sóc. Thứ ba, phải học hành. Thứ tư là gì? Phải đáp ứng những yêu cầu của thầy. Và thứ năm, cái gì mình chưa thấu đáo, phải tìm tới thầy để học hỏi. Hồi xưa trong luật sa di còn dạy: nếu chưa gặp được minh sư, phải đi tìm một bậc minh sư để học. Minh có nghĩa là sáng. Minh sư ở đây không có nghĩa là người có bằng cấp cao, mà là người có tâm, có đức. Còn trên phương diện tu học, đó là một bậc chân tu, tức là một bậc có tâm tu và có tuệ giác, cũng như có lòng từ bi để hướng dẫn cho người theo học mình. Nhiều khi mình biết mà nếu không có lòng với đệ tử, mình sẽ không dạy được. Nhiều người hiểu biết rất rộng nhưng không có lòng với thế hệ sau. Người có lòng với thế hệ sau là người thầy luôn tận tâm, tận tình. Hồi còn nhỏ ở Việt Nam, Pháp Hòa biết nhiều thứ trong chùa cũng nhờ vậy. Các thầy luôn quan tâm, chỉ dẫn mình xếp từng cái áo tràng, dạy mình đủ thứ hết. Ngày nay, người thầy ở trong đạo cũng phải dạy đệ tử cái oai nghi, phép tắc.

Ngược lại, người thầy cũng phải có những việc phải làm đối với đệ tử. Trước hết, người thầy phải cố gắng trao truyền kiến thức cho đệ tử của mình. Phải cố gắng. Tức là người thầy phải đem tất cả mọi phương tiện, mọi thiện xảo mình có được để dẫn dắt người học trò. Ở đây có ai hồi xưa đi học toán mà chẻ cả bó đũa để học không? Pháp Hòa nhớ hồi nhỏ Pháp Hòa học làm toán theo cách như vậy đó, vì mình không có máy tính. Từ một bó đũa tre chuốt thành những que nhỏ nhỏ và mang đi học. Mỗi ngày cô giáo chỉ cho mình cách làm toán bằng những que tre đó. Tức là mỗi thầy cô đều tìm tòi để có những cách nào đó chỉ dẫn cho học trò, ví dụ như cách làm toán, cộng, trừ thế nào cho nhanh, gọn mà có kết quả.

Một việc khác người thầy cần làm là che chở cho học trò những lúc nguy hiểm hay khi có tai nạn xảy ra. Người thầy phải luôn là người chở che, đứng ra hứng mũi chịu sào, nhận lãnh hết những khó khăn. Một phẩm chất khác người thầy phải có là lòng từ bi. Muốn hướng dẫn cho ai mà tình thương không có, mình cũng không thể làm cho trọn. Vì vậy, trong văn hóa phương Đông, người xưa có những câu như "Tôn sư trọng đạo" hay "Uống nước nhớ nguồn". Có nhiều vị chỉ cần được chỉ dẫn một chút là biết nấu thức ăn chay, nhưng như vậy không phải là không có thầy dạy – nhờ ai đó "khai hóa" một lần, họ có được cái căn bản. Đức Phật cũng từng tham học với những bậc thầy, chỉ là cái chỗ học, chỗ hành của các vị ấy chưa thấu đáo. Sau khi thành đạo, đức Phật quay trở lại tìm các vị thầy đó để giáo hóa cho họ và cũng để đền ơn cho họ.

Cho nên là người tu, nếu mình muốn đền ơn ông bà, cha mẹ, đền ơn thầy, tổ của mình hay những người ơn của mình, không gì bằng đem sở học[1] của mình trở lại để đền đáp. Ví dụ, cách tốt nhất để đền ơn cha mẹ, những người cho mình thân thể này, là sống thật đàng hoàng, nghiêm túc, không làm tổn hại đến tương lai, cuộc sống của chính mình. Đó là đối với cha mẹ. Còn đối với những người đã dạy dỗ mình, cách đền ơn họ tốt nhất là đem sở học của mình tiếp tục dưỡng nuôi những thế hệ sau để làm sao cho

---

[1] Sở học của mình: những gì mình học được.

sự học luôn tiếp diễn. Cho nên cách tri ân và báo ân theo Phật giáo là mình nhận diện ra cái ơn và báo ơn bằng cách sống và làm đúng như vậy. Cha mẹ cho mình thân thể khỏe mạnh này, nuôi dưỡng mình, nên mình không thể nào dùng những thứ như rượu chè, cờ bạc, ma túy làm tổn hại đến bản thân mình. Như vậy là mình thiếu sót trong bổn phận trả ơn cho cha mẹ. Còn đối với thầy, tổ của mình, những người dạy cho mình chữ nghĩa, lễ giáo hay bất cứ điều gì mình học được trên thế gian này, mình phải có cách sống như thế nào đó để đền đáp ơn của họ.

Hôm nay là ngày Nhà giáo ở Việt Nam. Mặc dù đây không phải là ngày tôn sư trọng đạo trong đạo Phật, nhưng các vị cũng gửi email tới thăm Pháp Hòa và những email này đều nói "Hôm nay là ngày Nhà giáo Việt Nam...". Mặc dù chưa bao giờ được gặp mặt nhưng qua những lời hướng dẫn, chia sẻ của thầy, các vị có được một cuộc sống tốt hơn, an ổn hơn nên nhớ cái ơn đó mà gửi email tới thăm Pháp Hòa.

Trong kinh Thiện Sanh, đức Phật dạy chúng ta bốn ơn nhưng hôm nay, Pháp Hòa chỉ nói đến một ơn thôi, đó là ơn của thầy, tổ. Và quý vị nhớ rằng người học trò có những việc phải làm đối với người thầy nhưng ngược lại, người thầy cũng có những việc phải làm đối với học trò, chứ không phải chỉ ở dưới ngước lên còn ở trên quên nhìn xuống. Cuộc đời này cũng vậy, mình tiếp thì phải nối nên gọi là tiếp nối. Tiếp nối không phải là để chấm dứt, mà tiếp nối để mình tiếp diễn. Cho nên sư ông Làng Mai không dùng từ "sinh nhật" mà gọi đó là "ngày tiếp nối", nghĩa là ngày nay con tiếp nối cha mẹ con và con sống như thế nào để tiếp nối công việc này đến người sau. Cho nên thay vì nói "Chúc mừng sinh nhật", chúng ta nói "Chúc mừng ngày tiếp nối của anh/chị/cha/mẹ".

Con là sự tiếp nối của cha, mẹ. Con là sự tiếp nối của thầy. Khi nói lên được như vậy, tự nhiên mình thấy bổn phận của mình; và khi thấy được bổn phận của mình, mình sẽ làm cho công việc đó tốt đẹp hơn.

VẺ ĐẸP CỦA
SỰ IM LẶNG

Nhiều khi im lặng mà hơn cả sấm sét. Đức Phật của chúng ta từng im lặng như vậy chưa? Một lần, một người đến gặp Phật nói những lời xúc phạm nhưng Phật vẫn im lặng, không nói gì hết. Người kia nói: "Tôi chửi ông đó, ông có nghe không?". Phật đáp: "Tôi có nghe". Người kia mới nói: "Ông nghe mà sao không trả lời?". Phật nói: "Ví dụ, ông đem bánh tới cho tôi ăn, nếu tôi không ăn thì ông làm gì?". Người kia nói: "Thì tôi mang về". Phật nói: "Cũng như vậy, những lời ông nói nãy giờ, tôi không nhận đâu, ông đem về đi". Đây là đoạn người ta thêm vô, chứ thật ra Phật im lặng, không nói gì thêm. Sự im lặng của đức Phật là đẹp tột cùng rồi, nói làm chi để người ta đi về tức cành hông. Nhiều khi mình nghĩ mình thêm câu đó vô để nâng đức Phật lên nhưng chưa chắc. Tốt nhất là đức Phật cứ im lặng như vậy. Không động được tới ngài, ông kia sẽ đi về thôi.

Cho nên khi thấy người khác nóng giận, mình có nên nói gì thêm không? Không. Mình nói sẽ làm cho cơn giận của họ tăng thêm, vì lúc đó trong mắt họ, mình là một người dễ ghét vô cùng.

Vậy trong những tình huống nào mình nên im lặng? Thứ nhất, khi mình nói chuyện với một người đang lên cơn giận. Đừng nói gì hết. Nếu người đó lớn hơn mình, họ sẽ nói mình hỗn; nếu nhỏ hơn mình, họ sẽ nói mình "ỷ lớn ăn hiếp nhỏ"; nếu người đó ngang hàng với mình, thể nào mình và họ cũng đánh lộn. Như vậy thì không hay, nên im lặng là tốt nhất. Khi một người đang giận, lời nói của họ chắc chắn không dễ thương và lúc đó nhìn mặt mình họ cũng thấy ghét, nghe tiếng mình họ càng thấy ghét hơn. Họ sẽ không muốn nghe mình nói. Cho nên đừng nên nói gì hết, chỉ im lặng thôi. Vì vậy mình có câu "Có khi nhẫn để yêu thương, có khi nhẫn để tìm đường tiến thân". "Nhẫn một chút thì sóng yên, gió lặng. Lùi một bước thì biển rộng, trời cao." Có phải vậy không? Vậy im lặng có làm mình thiệt thòi không? Không. Nếu là người tỉnh thức, mình sẽ biết sự im lặng lúc đó rất cần thiết.

Mình cần im lặng trong tình huống nào nữa? Khi người ở bên cạnh mình đang cảm thấy rối rắm, đau khổ.

Thấy người ta đang khổ, không phải mình nói nhiều hay an ủi họ là tốt đâu. Chỉ cần ngồi bên cạnh, nắm tay người đó hoặc choàng tay lên vai người đó vỗ về, họ sẽ cảm nhận được. Lúc đó, điều họ mong nhất là có một bờ vai để tựa vào. Họ chỉ cần ngả đầu vào vai mình và khóc chứ không cần tâm sự gì hết. Bởi vì lúc này, nỗi đau khổ của họ nhiều đến mức không thể diễn đạt thành lời và họ cũng không biết bắt đầu từ đâu. "Sao? Chuyện gì? Nói tôi nghe coi. Tôi giúp cho." Trời ơi, đâu phải mình chỉ nghe trong một buổi rồi có thể giúp giải quyết vấn đề đâu. "Ờ, chuyện gì chứ chuyện này tôi chịu." Tưởng sao, thúc giục người ta nói ra, nghe người ta nói đã đời rồi mình nói: "Thôi tôi chịu, tôi không giúp được". Cho nên hãy im lặng để cho họ khóc, vì tiếng khóc rất cần thiết đối với họ lúc này. Mình có thể nói với họ: "Khi nào anh buồn hãy gọi cho tôi. Có thể tôi không giúp được gì nhưng ít nhất tôi cũng là nơi để anh trút nỗi buồn. Khi nào anh cần khóc, bờ vai của tôi luôn sẵn sàng. Tôi không bảo đảm sẽ làm anh hết khóc nhưng ít nhất tôi sẽ để anh khóc cho thỏa lòng". Nhiều khi thấy người ta khóc, mình cứ "Nín đi, nín đi, đừng khóc nữa". Người ta muốn khóc mà mình bảo người ta nín. Có những niềm đau mà lòng không muốn nói, trong khi mình cứ thúc giục: "Nói tôi nghe, có chuyện gì? Chuyện gì nói tôi nghe". Làm sao nói được, vì đôi khi bản thân người đó cũng không biết bắt đầu từ đâu và nói gì nữa. Vì có thể người đó đang có điều gì khúc mắc trong lòng, họ đang "lần mò leo mãi không qua được vách sầu". Dù "không qua được vách sầu" nhưng sau một hồi để cho nỗi đau thương quần quại, cuối cùng họ cũng sẽ nhận ra chân lý "Có dầm dề mưa tuyết mới vui ngày nắng về. Có quặn mình đớn đau mới hiểu được tình yêu".

Quý vị biết con cọp tự chữa lành bằng cách nào không? Khi một con cọp bị thương, nó sẽ tự tìm một góc và nằm im ở đó. Không ai tìm được nó, không ai biết nó bị thương. Nó nằm như vậy từ hai tới ba tuần, để vết thương tự lành. Có bao giờ mình trị vết thương trong lòng mình theo cách của con cọp chưa? Có chứ. Nhiều lần rồi chứ không phải chỉ một lần đâu. Nhiều khi thấy ai đó đang buồn khổ, mình tới bên họ để an ủi nhưng họ nói: "Xin đừng đụng đến tôi! Hãy để tôi yên!". Đôi khi để cho người ta yên tịnh "riêng một góc trời" đã là một sự gia ơn cho họ rồi đó. Họ đang rất cần một góc trời mà mình cứ lảng vảng trước mặt họ: "Chị đi gặp thầy tôi không? Thầy tôi hay lắm, ai có chuyện gì buồn, ổng cũng giải được hết". Lúc đó họ đâu cần có ai. Họ chỉ cần một khoảng im lặng để thấm nỗi cô đơn, để cảm nhận niềm đau rồi biết đâu họ tự giải thoát. Khi người khác buồn hay khổ, đôi khi mình không cần làm gì hết, để họ ở yên trong phòng. Lâu lâu mình chỉ cần đem cho họ một ly nước. Để làm chi, quý vị biết không? Thứ nhất là để họ có nước mà khóc tiếp. Thứ hai là để xem họ còn thở không. Ở các viện dưỡng lão, trong phòng nào cũng có một cái dây để giật. Ai có chuyện gì giật cái dây đó, chuông reng thì y tá chạy lên. Cho nên khi một người thân hay người xung quanh mình buồn khổ, nhiều khi mình không cần nói gì cả. Chỉ cần nhìn là biết họ buồn, phải không? Bởi vì trái tim mình có thể cảm nhận được. Vì khi mình buồn, mình cũng thể hiện giống y như họ. Cho nên nhìn một người đang buồn, mình có thể biết được.

Tu theo Phật có nghĩa là làm sao cho tâm của mình mỗi ngày mỗi sáng lên. Không phải sáng ở lời nói mà sáng ở nội tâm. Và tâm có tĩnh thì mới sáng và nhận ra. Cho nên nếu ai đó buồn mà tìm được một người để trút nỗi buồn thì đó là điều may mắn. Nhưng cũng có những nỗi lòng không biết tỏ cùng ai và cũng không biết nói gì. Những lúc đó, mình cần một khoảng im lặng để niềm đau, nỗi khổ của mình từ từ tan dần. Nhiều lúc trong đầu mình như có một nút rối – càng cố mở, nó càng chặt thêm. Trong kinh Lăng Nghiêm, Đức Phật nói rằng sáu căn dính với sáu trần cũng giống như sáu cái mắt vậy. Phải tìm đúng cái mắt chính để mở; mở được cái mắt đó ra thì sẽ tìm ra mấu chốt để mở những cái khác. Cho nên trong nhà Phật có câu "Im lặng như chánh pháp".

Tình huống thứ ba mình nên im lặng là khi người đối diện muốn hơn thua. Thậm chí có những người tìm tới mình để hơn thua, luận nghị. Khi đó, mình không nên nhiều lời. Bởi vì sự tranh cãi chỉ mang đến cho mình thêm nhiều phiền não và làm tăng trưởng cái tánh hơn thua ở mình. Đối với người thích hơn thua, mình không nên nói nhiều.

Nãy giờ mình đề cập tới mấy tình huống mình cần im lặng: im lặng khi ai đó tức giận, im lặng khi ai đó buồn, im lặng đối với người thích hơn thua, tranh luận. Đôi khi mình gặp nhau bàn chuyện đạo thôi mà đấu hoài không hết chuyện. Mà tu theo đạo Phật, mình đâu cần phải phân bua. Vì sao? Vì "đạo vốn không nhan sắc mà ngày thêm gấm hoa, trong ba ngàn cõi ấy, đâu chẳng phải là nhà" – mình chỉ cần sống với cái tâm đó. Đạo là để cảm nhận chứ không thể giải thích bằng từ ngữ. Mà nếu có giải thích đi nữa, mình cũng chỉ tạm dùng chữ nghĩa thôi chứ một lời nói ra là đã xa rời đạo rồi. "Ngôn ngữ đạo đoạn" là vậy đó.

Thưa đại chúng, vấn đề im lặng bao hàm nhiều khía cạnh lắm. Ở đây Pháp Hòa chỉ nêu ra vài tình huống thôi. Trong đời sống xã hội của chúng ta có quá nhiều chuyện phức tạp, đau khổ xảy ra, nên thỉnh thoảng chúng ta cũng cần yên một góc trời. Mình cần sự im lặng để tiêu hóa nỗi khổ, niềm đau của mình khi không có người để chia sẻ. Và khi những người thân của mình đau khổ, đôi khi họ cũng cần mình ngồi im lặng để nâng đỡ tinh thần cho họ, cho vết thương của họ được chữa lành. Đối với người thích tranh cãi, mình im lặng để giữ hòa khí, để sự bất đồng giữa mình với họ không đi xa hơn. Bởi vì mình biết sự tranh cãi không giải quyết được vấn đề, đặc biệt là về đạo giáo. Cho nên bạn bè thân thiết gặp nhau có thể nói chuyện ăn uống, chuyện quần áo, thời trang, v.v… muốn nói gì thì nói nhưng đừng đụng vô niềm tin tâm linh, tôn giáo của nhau. Những chuyện đó nói một hồi là bắt đầu có chuyện, rồi đôi khi sinh ra ác cảm với nhau, ngấm ngầm ở bên trong, không tốt.

Đạo vốn là để mang đến cho chúng ta sự an lạc chứ không phải là phương tiện để chúng ta tranh cãi. Vì cảm nhận của mỗi người mỗi khác, đừng ai lấn lướt, ép buộc ai. Tôi tôn trọng đạo của anh, anh tôn trọng đạo của tôi, mỗi người chúng ta có một con đường riêng. Quý vị thấy không, đường lớn hay đường nhỏ, đường nào cũng là đường. Đi đường nào cũng phải có sự tôn trọng, nếu đi không cần biết phải trái thì sẽ có tai nạn. Trong đạo pháp cũng vậy, chúng ta không dùng ngôn ngữ để nói mà chỉ cảm nhận theo cách của mình. Không nên dùng tri thức bình thường của chúng ta để luận bàn lý, đạo. Và đồng thời, có những việc mà chúng ta thấy người đó cần im lặng để bình tĩnh nhìn nhận thì mình nên im lặng.

BIẾT ƠN

Thưa đại chúng, ngoài những cái ơn lớn như ơn cha, ơn mẹ, ơn thầy, ơn thân bằng quyến thuộc, chúng ta còn mang ơn rất nhiều người trong cuộc đời này. Nếu nhìn cho kỹ, nghĩ cho sâu, không giây phút nào chúng ta sống mà không nhận ơn của người khác. Pháp Hòa ví dụ, sáng nay khi bước vô chánh điện này, đại chúng có thấy ấm không? Ấm. Đó là ơn của những người làm ra máy sưởi. Tới chùa, mình có cái để tựa, cái để ngồi – đó là ơn của những người làm ra tọa cụ, bồ đoàn và sắp đặt sẵn cho mình. Một lát, khi đi xuống nhà dưới, mình chỉ cần ngồi xuống là đã có một dĩa cơm dọn sẵn trước mặt. Vì vậy, mỗi khi bưng dĩa cơm lên, mình hãy ăn với lòng biết ơn. Để làm gì? Để mình thấy có biết bao nhiêu công sức trong này. Và khi thấy được ơn đó, tức khắc chúng ta ăn ngon lành và không bao giờ cảm thấy phiền hà dù thức ăn có lỡ mặn, lỡ lạt hay lỡ nóng, lỡ nguội. Nhiều khi vợ mình nấu nguyên một ngày mà mình không thấy được cái ơn của vợ, hễ ngồi vô mâm cơm là mình chê sao bữa nay cơm nấu ăn dở ẹt. Người ta bỏ biết bao nhiêu công sức ra nấu mà mình không thấy được cái ơn đó.

Thưa đại chúng, tiếng Việt mình có một từ rất hay, đó là từ "cảm ơn". "Cảm ơn" chứ không phải "cám ơn". "Cám" là mình nói trại đi, không đúng. Mình có nuôi heo đâu mà lấy cám. "Cám ơn" là từ dùng trong văn nói thôi, đúng ra mình phải nói "cảm ơn". Tại sao gọi là cảm ơn? Vì những gì anh làm cho tôi, tôi cảm được. Những gì chị làm cho tôi, tôi cảm được và đó là cái ơn. Nhiều lúc Pháp Hòa lên ngồi nhắm mắt tụng kinh, tụng xong mở mắt ra thấy bên cạnh mình có một ly nước nóng. Nếu không nghĩ, không nhớ tới mình, người ta đâu có mang nước cho mình làm gì. Họ mang một ly nước lên cho mình, mình phải cảm được tấm lòng của họ. Và trong cuộc sống, chúng ta phải cảm ơn những người xung quanh, tức là chúng ta *cảm* những cái *ơn* họ làm cho mình. Và khi chúng ta *cảm* được, chúng ta có *biết* không? Biết. Cho nên mình gọi là biết ơn, trong tiếng Hán là tri ân (tri là biết, ân là ơn). Ví dụ mình gặp người đó, mình nói: "Trời ơi, tôi biết ơn anh lắm nha. Bữa đó tôi không tới được mà anh cũng gửi quà cho tôi". Nghĩa là những gì anh làm, tôi xin biết hết. Biết ơn. Cảm ơn. Rồi gì nữa? Mang ơn. Mang ở đây là gì? Là giữ trong lòng. Tiếng Việt phong phú lắm, nhưng xưa nay mình dùng từ ngữ vậy thôi chứ không thật sự hiểu. Hay nói cách khác, mình không thật sự sống với nghĩa của từ, của chữ đó. Mang ơn có nghĩa là lúc nào mình cũng giữ, cũng mang cái ơn đó trong lòng. Giống như trong chữ cưu mang đó. Mang ơn. Tri ân. Cảm ơn. Rồi gì nữa? Đền ơn. Ví dụ, ai đó làm gì cho mình, mình phải làm sao? Mình cảm ơn, mình nhớ ơn, rồi mai mốt mình làm gì cho họ? Mình đền ơn. Đừng nghĩ mình làm ơn cho họ, mà phải nghĩ mình đang đền ơn. Tại sao vậy? Vì nếu mình nghĩ mình làm ơn thì trong lòng mình có sự bắt buộc rằng họ phải nhớ ơn và trả ơn cho mình. Sao mình không nghĩ mình đang đền ơn họ? Pháp Hòa hay nói với quý thầy, quý cô: khi Phật tử có việc cần tìm tới mình, trừ trường hợp mình không có ở nhà, bất đắc dĩ lắm mình mới không thể làm gì cho họ. Còn bất cứ giá nào mình phải làm, phải giúp họ. Tại sao? Vì đó là cơ hội để mình đền ơn tín thí. Mình trả ơn cho tín thí vì tín thí nuôi mình, giúp mình hết năm này qua tháng nọ. Vậy mà bây giờ khi họ cần tới mình, mình lại không làm, vì một lý do mà mình lẽ ra vẫn có thể thu xếp được. Như vậy thì tội quá.

Cho nên khi làm điều gì cho ai, đừng nghĩ mình đang làm ơn mà lúc nào cũng hãy nghĩ mình đang đền ơn. Để làm gì? Để tâm mình nhẹ nhàng ra khi mình không nghĩ họ phải trả ơn cho mình hay phải nhớ đến mình. Không cần. Cho nên hãy nghĩ mình đang trả ơn thay vì đang làm ơn.

Mỗi lần bưng chén cơm lên ăn, mình phải thấy: "Trời ơi, có biết bao nhiêu công sức ở trong này". Ông bà mình dạy: "Ai ơi bưng bát cơm đầy, dẻo thơm một hạt đắng cay muôn phần". Mình hãy thử hình dung, biết đâu có một người mẹ nào đó vừa cõng đứa con trên lưng vừa đi đập lúa hay đi cấy mạ để có được miếng lúa, miếng gạo đó cho mình ăn. Người ta mất bao nhiêu công sức để nấu, bây giờ mình chỉ ăn thôi mà còn chê lên chê xuống, chê ngon chê dở. Dĩ nhiên là mình cũng có thể bày tỏ, góp ý nhưng nhiều khi mình có cái bệnh là chê trước khen sau, hoặc không bao giờ khen. Cái đó đã trở thành tật rồi. Nếu có tật đó, mình nên chỉnh cho thiên hạ nhờ.

Thưa đại chúng, sống ở đời, nếu mình thật sự thương người thân của mình hay những người xung quanh thì trước tiên mình phải tu. Tu là làm gì? Là chỉnh sửa bản thân để những người xung quanh mình được hạnh phúc, vui vẻ nhờ sự chỉnh sửa của mình.

Thưa đại chúng, tu hành là một hình thức báo ơn. Tại sao? Vì tu có nghĩa là học Phật. Mình học Phật để biết những cái tật của mình và sửa những tật đó. Mình sửa được những cái tật của mình thì người thân của mình hạnh phúc, mà người thân của mình hạnh phúc có nghĩa là mình đã đền ơn họ rồi. Có bao giờ mình mở vòi nước ra dùng và cảm thấy ơn nghĩa trong đó không? Hay mình chỉ mặc nhiên xài thôi? Nước là thứ rất mầu nhiệm. Ví dụ, cơ thể của mình có hơn 75% là nước. Không có nước là mình chết. Mình có thể nhịn ăn nhưng không thể nhịn uống được. Và mình chỉ cần mở bên này là có nước lạnh, mở bên kia là nước nóng. Thật mầu nhiệm. Cho nên mình có bài kệ để đọc mỗi khi dùng nước:

"Nước từ nguồn suối cao,

Nước từ lòng đất sâu,

Nước mầu nhiệm tuôn chảy,

Ơn nước luôn tràn đầy."

Người ta phải thực hiện bao nhiêu bước, đi qua bao nhiêu quy trình để có nước sạch cho mình dùng. Cho nên khi tiếp xúc với bất kỳ người nào, mình phải niệm, phải nhớ họ là người ơn của mình.

Thưa đại chúng, sống ở trên đời, mình đừng nghĩ rằng mình hoàn toàn có khả năng tự túc, tự lập. Cái đó nói chơi cho vui thôi, hoặc là mình chỉ tự lập ở một khía cạnh, một góc độ nào đó thôi, chứ mình không thể hoàn toàn tự lập. Pháp Hòa lấy ví dụ, bây giờ mình đi làm, má mình ở nhà chờ cơm. Mình nói: "Má cứ ăn trước đi, khi nào về con tự lo". Tự lo ở đây có nghĩa là tự ăn chứ không phải tự nấu. Má nấu sẵn rồi mà. Bây giờ mình không muốn má phải dọn, phải chờ mình, mình chỉ cần nói: "Má không cần phải dọn, phải chờ con. Má để con tự ăn". Vì trong cái tự ăn, trong cái tự lo đó đều có phần của má – má đã nấu sẵn cho mình. Cho nên trong cuộc sống, chúng ta không bao giờ hoàn toàn tự túc được cả. Nếu biết suy nghĩ thấu đáo, chúng ta sẽ thấy rằng mỗi việc mình làm đều có ơn của người khác hết. Ví dụ, hôm qua tới giờ Pháp Hòa ở trên Tây Thiên. Một số Phật tử cũng lên Tây Thiên tu. Một vài vị không lên Tây Thiên được thì phải ở nhà để gánh chuyện của chùa. Sáng nay chín giờ sáng mình mới về tới, mà mình về tới là cơm đã chín, thức ăn cũng nấu xong rồi. Nếu không có những vị đó, mình ở trên Tây Thiên có thảnh thơi, hít thở, mỉm cười đi thiền hành được không? Cho nên nếu mình nghĩ kỹ, mỗi một người mình gặp mỗi ngày đều là ơn hết. Quý vị nghĩ đi, có phải vậy không?

Thưa đại chúng, với cá nhân Pháp Hòa, sở dĩ Pháp Hòa trân quý tất cả những gì mình có là vì Pháp Hòa thấy có biết bao nhiêu cái ơn trong đó. Không dám lãng phí kể cả một tờ giấy. Vì nếu không có người làm ra những cái đó, làm sao mình có để dùng? Mình đâu có đi làm, đâu có làm ra tiền mà mua được. Một tờ giấy mình lau miệng cũng là của đàn na tín thí chứ không phải của mình. Cho nên mình về tu ở chùa, sử dụng các vật dụng, đừng có phí phạm. Tại vì đó là cái làm tổn giảm phước của mình. Mình may mắn (nói theo nhà Phật là được phước), có điều kiện sử dụng đồ của bá tánh, của Phật tử đem vô chùa dâng cúng. Nhưng nếu phung phí, mình sẽ làm tổn giảm phước đó. Bây giờ thì chưa đâu, đến một lúc nào kinh tế khó khăn, đời sống khó khăn, mình sẽ lâm vào cảnh đói khát mà mình không biết. Không nói trước được điều gì hết.

Thưa đại chúng, chỉ cần chúng ta sống với lòng biết ơn, tự nhiên cách sống của chúng ta trở nên thật dễ thương. Bởi vì khi thấy xung quanh mình đều là người ơn hết, chúng ta hành động nhẹ nhàng hơn, nói năng nhẹ nhàng hơn, suy nghĩ cũng nhẹ nhàng hơn. Mình không thấy có ai là người mình ghét hết, thấy ai cũng là người ơn.

Với người đời, mình không cần phải nói hay thể hiện ra. Mình cứ làm, cứ sống đi, tự động mọi người sẽ ghi nhận.

Còn nếu mình làm mà mình tuyên bố, mình khoe khoang nhiều, mọi người cũng nhớ nhưng sẽ quên ngay, vì đó là tự mình đưa mình lên. Mình chỉ cần làm một cách nhẹ nhàng và trong thâm tâm mình nghĩ rằng mình đang đền ơn chứ không phải là làm ơn cho ai cả. Cho nên sống là cách đền ơn hay nhất. Mình mang ơn cha mẹ, ơn vợ, ơn chồng, ơn thầy, ơn bạn. Mình đền ơn bằng cách sống – ngôn từ của mình, hành động của mình, ý nghĩ của mình là cách đền ơn đẹp nhất.

Hôm nay nhân ngày lễ Tạ ơn, Pháp Hòa muốn thưa với đại chúng về cách báo ơn trong đạo Phật. Chúng ta đền ơn như thế nào cho thiết thực, chứ không phải chỉ mỗi năm một lần vào ngày lễ này. Mỗi ngày chúng ta sống, chúng ta thay đổi những cái tật của mình – đều là cách đền ơn cho người thân hết.

NGƯỜI LÃNH ĐẠO

Trong cuộc sống, mỗi người chúng ta đều là một người lãnh đạo. Có người nói: "Tôi đâu có lãnh đạo gì đâu". Không phải. Chúng ta đều có một vai trò lãnh đạo. Ví dụ, mình làm cha, mình lãnh đạo gia đình mình. Mình làm mẹ, mình lãnh đạo con mình. Theo cách sống của người Á Đông, người vợ không lãnh đạo chồng, mà người vợ lãnh đạo con. Lãnh đạo là gì? Là chúng ta nhận lãnh một trách nhiệm dẫn dắt, hướng dẫn người khác. Nhưng mà lãnh đạo có hai loại: lãnh đạo của một quốc gia, một tổ chức – người lo cho một đất nước, một tổ chức, và lãnh đạo tinh thần – người lo về mặt tinh thần.

Mình có con, mình mặc nhiên là một người cha. Mình không cần phải tuyên bố: "Kể từ giờ phút này tôi phải là người lãnh đạo của gia đình này". Một khi người vợ nhận mình làm chồng, họ đương nhiên xem mình là người lãnh đạo gia đình. Vì sao? "Nghìn tầm nhờ bóng tùng quân"[1] – là người nữ, mình nương nhờ vào người chồng của mình. Nhưng người chồng đó phải là một người lãnh đạo có ý nghĩa. Hoặc người thầy, người sư huynh đó phải là một người lãnh đạo thực hiện vai trò của mình. Ví dụ, người ta thỉnh mình về chùa làm trụ trì, mình mặc nhiên là người lãnh đạo. Người ta không cần nói: "Con xin thầy lãnh đạo tinh thần chúng con". Vì là trụ trì, mình mặc nhiên là người lãnh đạo tinh thần cho đạo tràng đó. Mình phải có những tố chất, phẩm chất tốt đẹp của người lãnh đạo, chẳng hạn như tầm nhìn, tính sáng tạo, hay tâm biết lắng nghe, lòng bao dung, biết tha thứ, vv... Nói cho cùng, ai cũng có thể là một người lãnh đạo. Ví dụ, Pháp Hòa chuẩn bị đi vắng, Pháp Hòa nói: "Bây giờ chia công việc nha. Thầy này phụ trách chánh điện, và phải bầu ra sáu người lo trong chánh điện", thì tự nhiên người đó sẽ là lãnh đạo của nhóm chánh điện. Rồi Pháp Hòa đi ra ngoài nói với một nhóm khác: "Ai là chúng[2] trưởng nhóm này?". Chúng trưởng đó phải có đủ năng lực làm việc, hài hòa, biết lắng nghe cũng như biết ứng xử. Tại vì mỗi người mỗi ý mà. Đương nhiên là người làm việc dưới người đó phải biết lắng nghe người đó nhưng ngược lại, người lãnh đạo cũng phải biết lắng nghe những người làm chung với mình vì họ trợ giúp mình.

---

[1] Câu thơ trong truyện Kiều.
[2] Chúng: phần đông mọi người, số đông (ví dụ: dân chúng, đại chúng), ở đây là nhóm Phật tử.

Người xưa hay dùng từ "chiêu hiền". Chiêu hiền là đi tìm những người giỏi về giúp mình. Rồi khi chiêu hiền xong, mình phải làm gì nữa? Đãi sĩ. *Chiêu*[1] người ta về, mình phải ân cần tiếp đãi họ, chứ khi họ về làm việc cho mình rồi, mình coi thường, phỉ báng, nạt nộ họ thì ai mà ở với mình lâu. Cho nên việc nhỏ, việc lớn gì cũng vậy, mình chiêu hiền mà không biết đãi sĩ thì người hiền đó sẽ không ở lâu. Mình lưu ý điều này, cho dù mình là người lãnh đạo quốc gia hay là người lãnh đạo tinh thần, hay thậm chí mình lãnh đạo bất cứ một nhóm nhỏ nào thuộc một đoàn thể. Vì trong đoàn thể có những nhóm nhỏ, phải không? Giống như trong một buổi lễ có một ban, rồi trong đó có những tiểu ban, thì trong một đạo tràng, một ngôi chùa, ở đâu cũng đều có những tiểu ban hết. Ví dụ, ban trà nước là tiểu ban của ban hành đường hay ban trai soạn, rồi có ban thị giả, v.v… Thành thử mỗi ban đều có một người lãnh đạo, sắp xếp, phân chia công việc. Nhiều khi người ít mà việc thông, nhiều khi người đông mà không xong việc, vì ai cũng muốn làm chủ hết. Ai cũng muốn làm lãnh đạo thì làm sao ra việc.

Cho nên nếu mình làm việc dưới sự lãnh đạo của một người nào đó thì mình phải biết phục tùng, còn người lãnh đạo phải biết dẫn dắt. Do đó, người đi đầu quan trọng lắm. Ngay cả khi mệt mỏi, họ cũng không bỏ cuộc. Họ không từ bỏ mà lui ra phía sau, làm người nâng đỡ. Quý vị nhìn con chim bay làm sao thì người lãnh đạo cũng như vậy đó. Con chim đầu đàn là con chim bay đầu, chịu sức gió nặng lắm.

---

[1] Chiêu: chiêu mộ.

Người đi đầu là người phải hứng chịu hết. Cho nên người Việt hay nói "Đứng mũi chịu sào". Là người đứng đầu, bao nhiêu cái sai mình phải nhận hết.

Bây giờ Pháp Hòa trích dẫn một đoạn kinh đức Phật dạy cho các vị vua chúa cũng như hàng tu sĩ. *Một hôm, tại chùa Kỳ Viên thuộc thành Xá Vệ do ông Cấp Cô Độc và thái tử Kỳ Đà phát tâm hiến cúng, đức Phật tập hợp các tỳ kheo và dạy: "Này các đệ tử, nếu vị quốc vương lãnh đạo quốc gia bị kẹt mười điều này thì đất nước ấy sẽ nhiễu loạn, xã hội bất ổn, khó tồn tại lâu. Một, quốc vương là nhà lãnh đạo nổi cơn thịnh nộ dù là việc nhỏ, không chịu quán sát sự tình và lý, làm chủ bản thân".* Nhiều khi mình cứ tháo quát lên mà không hề biết. Chuyện nhỏ cũng la, chuyện lớn cũng la, cứ đụng chuyện là la mà không hề biết tình, biết lý như thế nào hết. Cái này là nguy cơ của một đất nước. Thôi chuyện đất nước mình không dám bàn. Bây giờ mình lấy ví dụ trong gia đình mình đi. Mình cứ nghĩ mình là cha, là mẹ rồi cứ hễ con sai là la rầy, chuyện lớn cũng rầy, chuyện nhỏ cũng rầy, nói mà không cần để ý, thì có ngày con cái sẽ xa mình. Cho dù nó có miễn cưỡng sống với mình thì tình thương cũng không còn.

Các vị Phật tử về chùa làm công quả. Mình là trụ trì, nhưng không phải là trụ trì rồi thì chỉ ngồi đó. Trụ trì vẫn có thể đi lo cho Phật tử được. Giờ phút đó là giờ phút đãi sĩ. Đãi sĩ xong thì chiêu hiền để người ta về. Không phải là mình toan tính, nhưng sống ở trong đời phải có những cách hành xử như vậy. Cái đó gọi là nhân thừa. Từ nhân thừa mới có ngũ thừa trong Phật giáo, phải không?

Nhân thừa, Thiên thừa, Thanh Văn thừa, Duyên Giác thừa, Bồ Tát thừa[1]. Mình khoan nói chuyện Thanh Văn, Duyên Giác, Bồ Tát. Ở đây mình nói về Nhân thừa thôi. Cho nên các vị Phật tử về chùa làm công quả thì các vị trong chùa phải có bổn phận tiếp đãi, cơm nước và mọi thứ cho các vị được no đủ. Một người lãnh đạo công xưởng hay một người sếp lâu lâu nên dẫn cấp dưới, nhân viên của mình đi ăn, hoặc lâu lâu mua cà phê vô đãi. Thật ra mấy cái đó nhỏ thôi nhưng là lãnh đạo phải hết lòng. Pháp Hòa có một anh Phật tử có cửa tiệm đông khách lắm, mỗi năm anh cho toàn thể nhân viên đi nghỉ. Khi ở thành phố của anh có chương trình văn nghệ, anh còn mua vé tặng cho tất cả nhân viên đi coi. Trời ơi, toàn thể nhân viên sẽ nghĩ: "Ông chủ mình bữa nay nếu mở tiệm, ổng kiếm được biết bao nhiêu tiền, vậy mà ổng dám đóng cửa tiệm đãi mình như vậy. Kỳ này về mình phải hết lòng làm việc cho ổng mới được". Cho nên sau một buổi đi chơi về, họ rất vui vẻ. Do đó, quốc vương, người đứng đầu đất nước hay nhà lãnh đạo, trước khi nổi cơn thịnh nộ, dù là việc lớn hay việc nhỏ, phải quán sát tình và lý. Trong công việc phải có tình, có lý.

"Hai, quốc vương là nhà lãnh đạo, tham đắm tài sản, tâm thích cạnh tranh, không quan tâm đến bá tánh trong nước." Nếu mình chỉ lo cạnh tranh mà không quan tâm đến người dân, người dân sẽ khổ. Trong gia đình cũng vậy, nhiều khi

[1] Nhân thừa: người tu theo Nhân thừa hướng đến lợi ích thiết thực ngay trong đời này và cả đời sau. Thiên thừa: người tu theo Thiên thừa là để được sanh về cõi trời. Thanh Văn thừa và Duyên Giác thừa: tu để giải thoát sinh tử, luân hồi. Bồ Tát thừa: tu vừa lợi mình vừa lợi người, hướng đến mục đích cuối cùng là giác ngộ giải thoát.

mình cứ lo làm ăn, cạnh tranh mà không biết sức của người thân mình đến đâu. Chạy theo mình không nổi, cuối cùng họ khổ. Người Mỹ gọi những người đó là "workaholic", có nghĩa là ham làm việc quá. Ham làm đến nỗi quên cả những người xung quanh.

"Ba, quốc vương là nhà lãnh đạo bạo ngược, bất công, không có từ bi, thiếu mất trí tuệ, không thích can gián, không chịu tham vấn những người giỏi, hay." Có nhiều khi mình làm mà mình không tham vấn, tức là mình không đi thăm hỏi, thăm dò.

"Bốn, quốc vương là nhà lãnh đạo xử oan nhân dân, giam cầm phi pháp, giam ngục hiền thần, trù dập người hiền, không có công tâm." Mình đang nói tới người lãnh đạo quốc gia xử oan, giam cầm phi pháp người dân, bất cứ người nào làm sai là tống giam bất kể tội của họ nặng hay nhẹ. Thậm chí có những hiền thần cũng bị giam – những người hiền bị trù dập. Người lãnh đạo này luôn tìm cách để người đó không bao giờ được tiến thân. Như vậy là không có công tâm.

"Năm, quốc vương là nhà lãnh đạo chỉ thích tuyển dụng kẻ không tài đức, nịnh hót gian tham, vi phạm luật pháp, không sống gương mẫu, không có đạo đức." Nếu mình chiêu dụng toàn những người như vậy thì đất nước không thể nào phát triển. Tại sao? Vì người lãnh đạo toàn là những người gian tham, nịnh nọt, không có tài đức. Cho nên nhiều khi ông vua không chết vì giặc, mà chết vì ai? Người hay hầu ổng, kẻ cận ổng đó. Vì người đó lo chăm sóc, nịnh bợ, rồi biết mọi đường đi nước bước của ổng.

"*Sáu, quốc vương là nhà lãnh đạo tham đắm nhan sắc, đam mê hưởng thụ, không sống chung thủy.*"

"*Bảy, quốc vương là nhà lãnh đạo ưa thích rượu bia và các chất nghiện, tâm không tươi tỉnh, nghiện ngập thường xuyên, không dành thời gian cho việc quốc gia, không lo cho dân ấm no, hạnh phúc.*" Hồi xưa vào thời phong kiến, phần lớn các ông vua đều vướng phải cái này. Những vị minh quân thì khác, sống lâu, vì họ ít uống rượu, ít ăn chơi. Những vị vua chúa nào ăn chơi nhiều thì tuổi thọ giảm. Nhiều vị vua chỉ sống tới hai mấy tuổi thôi.

"*Tám, quốc vương là nhà lãnh đạo thích ca, hát, múa, nhạc, ăn, phung phí lễ tiệc quá nhiều, phung phí ngân khố.*" Ở đây cũng có chuyện đó. Lâu lâu báo chí cũng có đăng, ví dụ vị nguyên thủ đó (Canada gọi là thủ tướng, Mỹ gọi là tổng thống) dẫn gia đình đi chơi tốn bao nhiêu tiền của ngân khố quốc gia. Lâu lâu họ cũng chỉ trích chuyện đó.

"*Chín, quốc vương là nhà lãnh đạo thân nhiều bệnh tật, không đủ sức khỏe, quản trị vận nước.*"

"*Mười, quốc vương là nhà lãnh đạo không dùng tài đức, không tin bề tôi, không có lòng trung hiếu, không có cố vấn và trợ lý giỏi, không đảm đang nhiều việc một cách hiệu quả.*"

Đó là mười điều một vị vua nên tránh và cũng là mười điều mà những người đang mang vai trò lãnh đạo tinh thần cần tâm niệm.

CHĂM SÓC NGƯỜI BỆNH

Một hôm, đức Phật cùng với ngài A Nan đi ngang một phòng bệnh. Đức Phật nhìn vô thấy một vị thầy đi không vững và ngã. Thầy đó ngã xuống ngay chỗ cái bô khiến nước tiểu và phân đổ ra và thầy nằm trên vũng nước tiểu, không có ai chăm sóc. Đức Phật bước vô, đỡ thầy đó lên và hỏi: "Ủa, thầy bị bệnh mà không ai chăm sóc thầy sao?". Vị thầy đó mới nói: "Bạch đức Thế Tôn, vì thường ngày con sống mà không giúp đỡ ai nên bây giờ con bệnh cũng chẳng ai giúp lại con". Thấy thầy đó bệnh hoạn mấy ngày nay, đã không được tắm rửa, hôi hám như vậy rồi mà còn ngã trên vũng nước tiểu nữa, đức Phật nói ngài A Nan và các thầy khác đi bưng nước, đi lấy khăn, lấy xà phòng... đem vô và tự thân ngài tắm rửa, lau chùi cho thầy đó. Chiều hôm ấy, đức Phật gọi tất cả các thầy tới, hỏi: "Các thầy có biết trong dãy phòng của các thầy có một thầy bị bệnh không?". Các thầy đáp: "Thưa đức Thế Tôn, chúng con biết". Đức Phật lại hỏi: "Vậy có ai trong các thầy chia phiên chăm sóc cho thầy ấy không?". Trả lời: "Bạch đức Thế Tôn, dạ không". Hỏi: "Tại sao vậy?". Trả lời: "Dạ, tại vì thường ngày thầy ấy cũng chẳng giúp gì cho ai". Đức Phật mới nói: "Khi đi tu, các thầy đã rời bỏ cha, mẹ, gia đình, những người thân chăm sóc cho các thầy khi bệnh hoạn, nên bây giờ vô đây sống, lẽ ra các thầy phải hòa hợp với nhau như sữa với nước. Vậy mà bây giờ các thầy không thương, không chăm sóc cho nhau thì thử hỏi ai ở đây sẽ làm việc này?". Đức Phật nói tiếp: "Nếu ai sẵn sàng chăm sóc tôi thì người đó cũng hãy sẵn sàng chăm sóc người bệnh". Các thầy hổ thẹn, sám hối và sau đó vâng lời Phật dạy, chăm sóc những người bệnh.

Thưa đại chúng, trong giới luật của các thầy có một tội gọi là ác thuyết và một tội gọi là ác tác. Thế nào là ác thuyết? Thuyết là nói, ác thuyết là những lời ác. Ví dụ, mình giận một vị thầy nào đó quá, mình nói: "Thầy mà tu gì? Thầy tu hú thì có. Thầy ra đường thể nào xe cũng tìm tới thầy[1]". Tức là mình nói những lời khiến người ta đau khổ, mình rủa xả, mắng mỏ người ta. Tất cả những lời nói như vậy đều được xếp vào một nhóm giới gọi là ác thuyết. Những hành động nào gây sốc, gây đau khổ cho người khác đều được xếp vào nhóm ác tác. Tác có nghĩa là làm. Còn ác là gì? Là thiếu từ bi. Những lời nói hay việc làm thiếu suy nghĩ, thiếu từ bi đều được xem là ác.

---

[1] Ý nói bị xe đụng.

Chữ ác bao hàm nhiều nghĩa lắm. Không phải chỉ khi nào mình cầm dao, giết người mới gọi là ác. Lời nói hay hành động do giận tức, do thiếu bình tĩnh làm người khác sốc hay đau khổ ngày này qua tháng nọ đều được xem là ác hết. Đức Phật nói không để tâm chăm sóc một người bệnh cũng được xem là ác tác. Mình sẵn sàng phụng sự Như Lai, phụng dưỡng Phật, nhưng với người bệnh mình lại không giúp. Công đức của người chăm sóc một người bệnh cũng ngang bằng với công đức của người chăm sóc Phật. Mình chăm sóc được Phật thì mình cũng phải chăm sóc được người bệnh. Cho nên nghe bài kinh này rồi, mình hãy tự quán chiếu. Nếu trong cuộc sống hằng ngày, mình không hề quan tâm đến ai thì làm sao lúc mình bệnh, có ai quan tâm đến mình? Sự thật là như vậy.

Đức Phật dạy rằng bất kể một người nào đó có làm gì cho mình hay không, bổn phận của mình là thấy người bệnh phải chăm sóc. Đồng thời, khi còn khỏe mạnh, chúng ta cũng phải phát tâm giúp người khác để họ cảm nhận được tình thương, để nếu như mai mốt gặp hoạn nạn hay bệnh tật, chúng ta có người giúp. Đó là chuyện thường xảy ra. Thưa đại chúng, đạo Phật không phải là đạo giáo, nói những điều viển vông, khó hiểu mà dạy cho chúng ta cách sống trong cuộc đời này. Nếu chúng ta sống có đạo, có đức tức là chúng ta sống trọn vẹn với đạo Phật. Mình nói "Tui theo đạo Phật" nhưng mình có đạo mà thiếu đức. Đức là gì? Là tấm lòng chan rải tới người khác.

Chăm sóc người bệnh là một chuyện. Bây giờ, trong kinh này đức Phật dạy nên làm thế nào nếu mình là người bệnh. Muốn được người khác chăm sóc, mình cũng phải chỉnh đốn một số tật của mình để người ta cảm thấy dễ chịu, sẵn sàng chăm sóc mình. Mình đừng ỷ vào bệnh tật rồi muốn làm gì thì làm. Phật dạy kỹ lắm. Sau đây là năm điều Phật dạy đối với người bệnh.

Thứ nhất, là một người bệnh, mình phải hợp tác, không làm những việc không cần thiết phải làm. Lời Phật dạy rất thực tế: là người bệnh, mình phải nghe lời. Ví dụ, bác sĩ nói mình mới mổ, khoan ngồi dậy hay động đậy nhiều, đứt chỉ. Mình nói: "Thôi, hồi nào tới giờ tôi không muốn phiền ai hết". Rồi mình đứng dậy đi tới đi lui. Là một người bệnh, mình chỉ làm những việc mình có thể làm và đừng làm những việc mình không cần làm. Mình sợ làm phiền người ta mà rốt cuộc thì sao, mình còn phiền người ta nhiều hơn nữa, phải không? Và Phật cũng dạy người khó chăm sóc là người không chịu làm những việc mình có thể làm. Cho nên nếu muốn là một bệnh nhân dễ chăm sóc, mình phải hợp tác.

Thứ hai, nếu người đó không biết sự vừa phải trong những việc cần làm để chữa bệnh thì thiệt sự khó chăm sóc. Quý vị thấy đúng không? Ví dụ, bây giờ người bệnh chỉ nên đi năm, bảy bước thôi nhưng mà chân họ là chân đi[1], dìu họ đi năm, bảy bước, họ không chịu, đòi đi nhiều hơn. Mà nếu đi nhiều hơn thì bệnh tái phát, khó chăm sóc. Cho nên nếu là người bệnh được người khác chăm sóc, mình hãy nhớ chỉ nên làm những việc mình có thể làm và nên biết sự vừa phải trong việc mình làm để được chữa trị. Trong việc

---

[1] Chân đi: không chịu ngồi yên một chỗ.

ăn uống cũng vậy, mình ăn có chừng mực thôi. Ở xứ Mỹ hay Canada, người mới mổ đâu có được ăn. Mà nếu có thì họ cho ăn gì? Thức ăn ở dạng thạch, thiệt là mịn. Vì ăn nó không phải nhai. Ăn cho có chất trong bụng thôi. Không phải nhai thì tốt hơn cho người bệnh.

Thứ ba, người bệnh khó chăm sóc là người không quen dùng thuốc người ta đưa cho họ. Nếu không quen dùng thuốc thì họ làm gì? Họ từ chối. Ví dụ, thuốc đắng quá họ không chịu uống, cay quá họ cũng không chịu uống. Mà không chịu uống, không hợp tác uống thuốc thì làm sao hết bệnh? Chăm sóc một người bệnh như vậy cũng khó lắm. Cho nên phải tập làm quen với thuốc.

Thứ tư, người bệnh không nói rõ bệnh của mình hay triệu chứng bệnh của mình. Không biết bệnh của mình giảm hay tăng, người ta biết đường nào mà giúp đỡ cho mình, đúng không? Ví dụ người ta hỏi: "Lúc này anh cảm thấy sao? Anh phải nói thật", nhưng mình cứ sợ nói thật về bệnh của mình cho người ta biết, khổ ghê vậy đó. Mình không khai bệnh thì làm sao người ta biết mà điều trị chứ? Cho nên mình phải nói thật về bệnh của mình, ví dụ mình uống thuốc có thấy thuyên giảm không. Phải nói cho người ta biết. Bác sĩ hỏi: "Có thấy đỡ không?", mình nói "Dạ... dạ đỡ". Nghe vậy tưởng mình đỡ thiệt, bác sĩ cứ cho uống thuốc đó. Cuối cùng thì "Dạ, cũng đỡ" nhưng là "Hai người đỡ hai bên". Cuối cùng thì cái tệ đó càng tệ hơn. Thay vì mình tự đi một người đỡ, bây giờ hai người đỡ hai bên.

Thứ năm, một người bệnh khó có thể làm gì được là người không thể chịu được những đau đớn của bệnh. Người bệnh đó khó chăm sóc lắm. Cho nên nếu là một người bệnh, mình phải chấp nhận mình bị bệnh, dù đau thế nào. Không chịu đau được thì rên rỉ, không hợp tác.

Cho nên nếu mình muốn được chăm sóc, được chữa trị, nghe lời Phật một chút đi. Thứ nhất, nên làm việc cần làm. Thứ hai, biết làm những việc vừa phải, phù hợp với sức khỏe của mình. Thứ ba, phải tập quen với việc dùng thuốc. Thứ tư là gì? Là phải nói cho người ta biết về mức độ thuyên giảm, triệu chứng, bệnh tình của mình, không nên giấu giếm. Thứ năm, mình phải chịu được bệnh tật. Bệnh là khổ. Người miền Nam gọi là "đau". Thay vì nói "bệnh" thì nói "đau", bữa nay nó "đau". Đó là năm điều Phật dạy đối với người bệnh. Người nào đáp ứng được năm điều đó thì người khác dễ chăm sóc.

Vậy quý vị rõ năm điều đó chưa? Rồi, bây giờ Phật dạy năm điều đối với người nuôi bệnh. Nếu là một người nuôi bệnh:

Thứ nhất, phải biết pha chế thuốc. Tức là mình phải biết về thuốc. Như hồi nãy trước khi Pháp Hòa đi ra đây, trong gia đình[1] đã sắp xếp để mấy chị em đi hết, nhưng khi sắp ra tới cửa thì một người chị chạy vô nói: "Ồ, má bây giờ bắt đầu lên cơn sốt". Một người chị khác nói: "Thôi, vậy con xin ở nhà. Con là người biết thuốc nên con mới lấy thuốc cho má con uống được". Như vậy, là người chăm sóc

---

[1] Tức gia đình Phật tử.

người bệnh, mình phải có hiểu biết về thuốc, nếu không thì mình không thể chăm sóc họ được.

Thứ hai, phải biết điều gì cần làm và điều gì không cần làm, và chỉ được làm những việc gì để điều trị cho người bệnh. Ví dụ, mình phải biết cách xốc người bệnh lên làm sao để họ không bị gãy lưng. Nếu không, họ bị gãy lưng mà mình cũng trẹo lưng vì không biết cách làm. Cho nên nếu muốn chăm sóc một người bệnh, mình phải có những kiến thức nào đó. Ở đây, người nào đem cha mẹ hay người thân về nhà chăm sóc sẽ được y tá hướng dẫn, ví dụ, chỉ cách đỡ người bệnh ngồi dậy thế nào, để họ nằm xuống làm sao để không làm họ đau hay khó chịu. Những ai trong quý vị từng đi thăm bệnh ở bệnh viện sẽ thấy họ có cách gội đầu cho người bệnh cũng như cách thay tấm trải giường rất hay, không cần phải ẫm người bệnh từ bên này qua bên kia. Họ làm rất gọn. Có ngày phải thay tấm trải giường mấy lần chứ không phải chỉ một lần đâu. Rồi hai, ba ngày họ gội đầu cho người bệnh một lần. Họ có cách của họ. Tại vì Pháp Hòa rất thường vô bệnh viện, khi có người bệnh hấp hối hoặc bất cứ khi nào có người cần là mình đến, nên Pháp Hòa biết. Pháp Hòa thấy các y tá làm rất thành thục. Cho nên nếu muốn chăm sóc tốt người bệnh, mình phải có những kỹ năng đó.

Thứ ba, phải chăm sóc người bệnh bằng tâm từ bi của mình. Cái đó quan trọng lắm. Bất cứ việc gì trên đời này, nếu không có tình thương, mình sẽ không làm được. Ví dụ, khi cho người bệnh uống thuốc, thay vì chỉ lấy viên thuốc đưa người bệnh khơi khơi[1], quý vị gửi một chút năng lượng bình an của mình vô đó. Ai biết niệm Phật thì "Nam mô Tiêu Tai Diên Thọ Dược Sư Phật"[2]. Mình khởi tâm cầu nguyện cho người bệnh uống thuốc này vào bệnh tật được tiêu trừ, thân tâm an ổn. Thay vì chỉ đưa thuốc mà không nói gì hoặc nghĩ đông nghĩ tây, bây giờ cầm viên thuốc lên, mình đem tất cả chánh niệm, tình thương, năng lượng bình an, từ bi của mình vào trong viên thuốc đó. Cứ mỗi ngày một chút, mỗi ngày một chút như vậy. Mình chăm sóc người bệnh bằng sức lực thôi chưa đủ, phải chăm sóc họ bằng tâm lực nữa.

Khi mình chăm sóc mẹ, cha, người thân của mình hay ai đó bằng sự vui vẻ, họ sẽ cảm nhận được. Còn nếu mình chăm sóc họ một cách hời hợt, họ cũng cảm nhận được. Nhiều khi họ chỉ nói nhẹ: "Thôi không sao đâu. Để mẹ/ cha/anh/chị/em tự lo", vì họ cảm nhận được sự mệt mỏi của mình. Cho nên chăm sóc cũng phải có nghệ thuật. Ví dụ, để chăm sóc dài hạn một người bệnh, đừng nên dồn nhân lực lại một cục mà phải chia ra mỗi người mấy tiếng hay mỗi người một ngày. Vì chăm sóc dài hạn có nghĩa là chúng ta cần dành nhiều thời gian, mà nếu tất cả cùng xúm vào chăm người bệnh cùng một lúc thì cũng đâu làm được gì, cũng đến ngồi đó ngó người bệnh thôi, hoặc chờ mòn mỏi ở bên ngoài. Nhưng đến khi người bệnh thật sự cần thì mình mệt rồi, không còn đủ sức.

---

[1] Khơi khơi: một cách hời hợt, qua loa, không thật sự chú tâm.
[2] Tiêu Tai Diên Thọ là danh hiệu và cũng là công hạnh của Phật Dược Sư. Tiêu tai: tiêu trừ nghiệp chướng. Diên thọ: làm cho mạng sống được kéo dài.

Cho nên khi biết người thân của mình sẽ điều trị lâu, mọi người trong gia đình phải phân bổ giờ giấc, điều phối nhân lực làm sao để chúng ta chăm sóc người bệnh một cách hài hòa – vừa phải nhưng chu đáo. Khi đó, người bệnh sẽ cảm nhận được sự dễ chịu và mình cũng vui vẻ khi chăm sóc họ. Mới đầu mình hoan hỉ lắm, nhưng con người mà, nếu ngủ không đủ, quá mệt mỏi thì mình cũng dễ nổi quạu và từ tình thương dần chuyển thành sự nhàm chán, mỏi mệt. Không phải mình muốn vậy, nhưng khi cơ thể, thân xác mình mòn mỏi thì tâm lý khó chịu, bực bội dễ nảy sinh. Người bệnh sẽ cảm nhận được điều này, nên đây là việc cần tránh. Nhiều người bệnh nói: "Thôi, tui chết cho rồi, không muốn sống làm phiền con cháu". Cho nên, chúng ta không chỉ chăm sóc người bệnh về mặt thể chất mà còn phải chăm sóc họ về mặt tâm lý nữa.

Thưa đại chúng, bệnh có hai dạng, một là thân bệnh, hai là tâm bệnh. Nhiều khi thân bệnh ít mà tâm bệnh nhiều. Mà tâm bệnh thì phải chữa bằng tâm lý. Còn có một loại bệnh nữa là nghiệp bệnh. Nghiệp bệnh không chữa được bằng thuốc, cũng không chữa được bằng tâm lý, mà phải sám hối cầu phước. Cho nên, mỗi người chúng ta ai cũng có thể trở thành một bác sĩ, một y tá nếu chúng ta có tấm lòng.

Thứ tư, người chăm sóc người bệnh không sanh tâm gớm nhờm. Mình đổ những thứ dơ mà mình gớm thì làm sao chăm sóc người bệnh được. Quý vị thấy các y tá không, không bao giờ họ đổ nước tiểu hay dọn cái gì của bệnh nhân mà nhăn mặt hết. Trong khi mình thấy mình sợ, mà họ làm rất bình thản.

Thứ năm, phải có khả năng khuyến khích, an ủi người bệnh, hay nói theo kiểu của nhà Phật là nói pháp thoại cho người đó nghe. Bây giờ nếu người đó bệnh mà mình vô nói toàn những điều tiêu cực thì làm sao người đó mau lành bệnh. Do đó mình phải an ủi, động viên họ.

Cho nên đức Phật dạy muốn chăm sóc người bệnh, chúng ta phải đáp ứng được năm điều trên. Và ngược lại, người thiếu những phẩm chất đó là người không có khả năng chăm sóc người bệnh. Đối với người bệnh, đức Phật dạy năm điều người bệnh cần và nên làm để được xem là một người bệnh dễ chăm sóc. Nếu thiếu năm điều đó, họ là một bệnh nhân khó chăm sóc.

Thưa đại chúng, đức Phật là một người thầy. Ngài cũng là một con người như chúng ta, nhưng ở ngài có sự nhận biết sâu sắc về mọi hành vi, tâm lý của con người và ngài đề xướng những điều trên để chúng ta thực tập. Thật ra, chúng ta có về Tây phương cực lạc hay không thì chưa biết nhưng ngay trong đời sống này, nếu chúng ta trọn vẹn tình nghĩa với nhau, đặc biệt là lúc về già hay khi bệnh hoạn, tức là chúng ta đã trọn vẹn với đạo căn bản nhất – đạo làm người.

DƯỠNG THAI
THEO PHẬT PHÁP

Một đứa nhỏ ở trong bụng mẹ, chúng ta gọi là thai nhi, tức là đứa nhỏ ở trong bào thai. Khi đứa nhỏ ở trong bụng mẹ thì chỗ nó ở được gọi là tử cung. "Tử" là con, "cung" là cung điện – cung điện của đứa con. Quý vị nghĩ coi, có phải con của mình là hoàng tử hay công chúa không? Đi không dám đi mạnh, ăn cũng phải cẩn thận không dám ăn bậy bạ, phải không? Vì những đồ ăn không tốt có hại cho bào thai.

Khi dưỡng thai, người ta thường căn cứ trên ba phương diện: thân, khẩu và ý. Bây giờ Pháp Hòa nói về thân trước: đi đứng hay hành xử đều phải cẩn thận. Nếu mình dữ dằn, mình vô tình làm cho đứa con trở nên cộc cần và hung dữ theo mình. Bởi vì khi đứa nhỏ bắt đầu tượng hình, nó sẽ tượng hình theo tâm thức của người mẹ. Ví dụ, tâm thức của mình cứ ghét người hàng xóm mà khi ghét ai thì phải nhớ họ, mà nhớ hàng xóm riết thì sinh con ra giống hàng xóm, không giống cha của nó.

Cho nên về thân, phải đi đứng cẩn thận. Về khẩu, không ăn uống bậy bạ và không nói bậy. Về ý, phải giảm bớt giận tức, sân si để đứa nhỏ sinh ra không hung dữ, cộc cằn. Những ai đã có con và có kinh nghiệm đều biết rõ điều này. Pháp Hòa lấy ví dụ, khi có mang, người mẹ thường hay thèm những thứ mà lúc bình thường họ không thích ăn. Nhiều người thèm gạo sống, nhiều người thèm ngửi mùi xăng, nhiều người thèm bánh mì và cũng có người thèm pizza. Mỗi người thèm một kiểu, mà ông bà mình tin rằng không ăn thì mai mốt con sinh ra hay chảy nước dãi.

Cho nên nếu muốn dưỡng dục con, bản thân mình phải dưỡng trên ba phương diện thân, khẩu, ý. Vì vậy ông bà mình thường nói "Dạy con từ thuở còn thơ". "Dạy từ thuở còn thơ" ở đây không hẳn là sinh con ra mới dạy mà dạy con từ trong bụng mẹ. Cái này người ta gọi là gì? Là thai giáo. Giáo có nghĩa là dạy. Thai giáo là dạy con khi con còn ở trong bào thai. Còn chăm sóc con kỹ lưỡng bằng thân, khẩu và ý của mình thì gọi là dưỡng thai, tức là dưỡng nuôi cái thai, dạy cái thai. Dưỡng dục con từ khi con bắt đầu tượng hình là gì? Tháng thứ nhất, chưa có gì hết. Tháng thứ hai, như sữa đặc. Tháng thứ ba, như cục huyết ngưng. Từ tháng thứ tư, đứa con mới bắt đầu tượng hình. Tháng thứ năm, hình thành đầu, hai tay, hai chân – gọi là ngũ thể. Tháng thứ sáu, có mắt, tay, mũi, miệng – tháng thứ sáu lục căn đầy đủ. Bảy tháng, đủ bộ cốt xương – bắt đầu xương cốt đầy đủ. Tới tháng thứ mười mới sanh. Như vậy, đứa nhỏ đã có mặt ngay từ buổi đầu. Vì vậy mà người Á Đông chúng ta tính thêm một tuổi là đúng chứ không sai. Ví dụ, một đứa nhỏ mười hai tuổi, ông bà mình nói nó mười ba tuổi, vì thời gian đứa nhỏ ở trong bụng mẹ đã được tính là một tuổi rồi. Sống tính như vậy mà chết cũng tính như vậy luôn, tức là một người vừa qua đời thì năm đầu đó được tính là một năm. Cho nên năm đầu và năm thứ hai người ta không gọi là giỗ. Năm thứ nhất gọi là tiểu tường, năm thứ hai là đại tường. Vì vậy khi nói ba năm mãn tang tức là hết để tang sau hai năm. Như vậy, theo người Á Đông, một năm sống trong bụng được tính là một năm, và dù mất vào tháng nào, đến cuối năm đó cũng được tính là một năm.

Bây giờ khi đứa con đã tượng hình, bắt đầu biết chòi, biết đạp, người mẹ nên để bàn tay lên bụng niệm Phật và dưỡng dục con. Chẳng hạn như vào buổi tối hay ban ngày hay lúc rảnh, mình ngồi để tay lên bụng, vuốt ve con và dạy con mai mốt lớn lên phải ngoan ngoãn, hiền lành. Người mẹ phải biết tu niệm theo tín ngưỡng mình chọn, ví dụ mình trì kinh Dược Sư, kinh Pháp Hoa, kinh Địa Tạng hay chú Đại Bi, chú Dược Sư. Quý vị có thể tụng bất cứ kinh nào tùy theo hoàn cảnh, sức khỏe của mình nhưng phải có tụng. Tụng ngắn hay dài, tùy mình. Nhiều người niệm một câu thôi "Nam Mô Quán Thế Âm Bồ Tát".

Bên cạnh đó, người giúp cho người mẹ được thân tâm an lạc trong khoảng thời gian chín tháng này là những ai? Cha mẹ, anh chị em ruột, cha mẹ chồng, anh chị em chồng, bà con cô bác cũng có. Nhưng người gần gũi, trợ lực cho người vợ nhiều nhất là ai? Là người chồng. Nếu vợ có mang mà chồng cứ bỏ đi chơi hoài, những lúc cần chồng không có nhà thì vợ buồn bực, mà buồn bực thì ảnh hưởng tới đứa con. Rồi có nhiều ông chồng trong khi vợ mang thai lại sanh tâm tà hạnh ở bên ngoài, người vợ biết được thì buồn khổ, khóc hoài cho nên sinh con ra nó làm sao? Nó buồn, nó khổ. Chưa hết, có người mẹ còn đặt tên con là "Lệ", để ghi nhớ chuyện con mình sinh ra không có cha ở cạnh bên. Chữ "lệ" trong trường hợp này không có nghĩa là tráng lệ mà là nước mắt. Như vậy thì đứa con đó bị ảnh hưởng rất nhiều.

Cho nên khi người mẹ mang thai, người cha phải hỗ trợ người mẹ. Thật ra, quý vị nam giới chỉ đỡ đần cho người nữ được một phần thôi, chứ bao nhiêu đau đớn, khó khăn, cực nhọc gì người nữ gánh hết. Vì vậy người Việt mình mới có câu ca dao "Đàn ông đi biển có đôi, đàn bà đi biển mồ côi một mình". Lúc đó có ai đau thế họ được đâu. Hồi lâu lắm rồi, lúc Pháp Hòa mười mấy tuổi thôi, Pháp Hòa có viết một bài thơ, trong đó có hai câu: "Mẹ có thai, mẹ mang nặng đã đành. Cha thế mẹ chịu những gì khổ nhọc". Không mang cái nặng nhọc đó thay cho người mẹ được, nhưng người cha có thể ở bên ngoài phụ giúp người mẹ. Khi người cha chăm sóc đứa con như vậy thì tự nhiên giữa cha và con có sự liên đới, mối liên hệ tình cảm sâu sắc. Mình đừng nghĩ pha bình sữa là việc của vợ. Không đâu. Nếu các ông pha sữa cho con bằng tình thương thì sữa đó tự nhiên cũng ngọt ngào không kém. Và hình ảnh người cha ẵm đứa con, cầm bình sữa cho con bú cũng rất dễ thương. Không có gì mình không làm được.

Cho nên Phật dạy về việc này rất kỹ trong kinh. Ví dụ trong những bộ kinh Nikaya, Phật dạy chồng thì phải như thế này, phải dạy con như thế này, như thế kia. Quý vị có nhớ câu này trong kinh Vu Lan không: "Điều thứ nhất, giữ gìn thai giáo. Mười tháng trường chu đáo mọi bề". Chữ "thai giáo" hồi nãy Pháp Hòa có nói đó. Có một cô Phật tử đang mang thai mà đứa con trong bụng quậy quá, Pháp Hòa mới nói mỗi lần nó quậy như vậy thì để tay trên bụng, niệm Phật và vuốt ve, vỗ về đứa con. Sau đó, cô Phật tử nói với Pháp Hòa: "Hay quá, con làm và có kết quả ngay lúc đó. Con niệm Phật Quan Âm và nói với con của con: 'Con đừng làm mẹ đau. Con ngoan đi' và chỉ một lát sau, đứa nhỏ nằm yên". Có một chị Phật tử, khi có mang, chị đó nguyện cúng dường đứa con của mình cho tam bảo cho nên trong suốt thời gian mang thai, lúc nào chị cũng nghe kinh, nghe giảng, niệm Phật, tụng kinh. Vừa rồi khi đi qua Mỹ giảng, Pháp Hòa gặp đứa nhỏ. Nó để cái chóp dễ thương lắm, mặt mày sáng sủa, trắng trẻo, đẹp trai. Mẹ nó đặt cho nó tên ở nhà là Tàu Hũ, nghe rất dễ thương. Pháp Hòa biết một em nhỏ ở chùa mình đây, khi ở trong bụng mẹ được bà ngoại tụng kinh cho, kinh Dược Sư, kinh Địa Tạng, kinh Pháp Hoa. Rồi mẹ nó niệm Phật, tập tánh hiền, bỏ tánh dữ. Người mẹ mang thai mà giận tức hoài không tốt cho đứa con đâu, cho nên tuyệt đối đừng giận lâu. Giận gì thì giận rồi cũng phải xả bỏ, có ghét ai đi nữa cũng phải nhớ xả. Quý vị biết không, ở đây, các nước phương Tây, người ta bán những tấm hình con nít dễ thương và những người mẹ có mang thường mua về treo trong phòng. Họ nhìn ngắm hằng ngày những hình ảnh dễ thương đó mà tượng hình đứa con. Người Á Đông mình hay nói đứa bé được bà mụ nắn, nhưng thật ra bà mụ đó là ai? Là bà mẹ đó. Bà mẹ cũng là bà mụ. Người mẹ mường tượng đứa con thế nào trong thời gian chín tháng thì đứa con sẽ ra như thế. Cho nên người Việt mình tin có mười hai bà mụ. Vì vậy, theo truyền thống Việt Nam, ba ngày sau khi người mẹ sinh đứa trẻ ra, người trong gia đình thường làm lễ cúng. Lễ cúng đó được gọi là cúng đầy cữ, đầy cữ chứ chưa đầy tháng. Cữ có nghĩa là kiêng cữ. Bởi vì từ lúc có mang cho đến khi sinh con, mình kiêng đủ thứ, ví dụ như kiêng đi mạnh, kiêng làm mạnh, kiêng giận, v.v... Bây giờ sau khi sinh rồi hết kiêng, nên gọi là đầy cữ. Sau khi sinh một tháng mới gọi là đầy tháng. Ý nghĩa của việc cúng đầy cữ, cúng đầy tháng, cúng thôi nôi là vậy đó. Đây không phải là niềm tin của Phật giáo mà là truyền thống văn hóa của người Việt. Cúng để làm gì? Để tạ ơn đất đai, thổ địa, khí trời, khí tiết, mọi sự, mọi vật đã giúp cho mẹ tròn, con vuông. Hôm nay mẹ tròn, con vuông rồi, mình nhớ nghĩ lại nên làm lễ cúng đó.

Thưa đại chúng, kinh Hoa Nghiêm có dùng một từ là *thánh thai*. Thánh thai là gì? Là mỗi người chúng ta, bất luận nam hay nữ, ai cũng có một cái thai. Thai này không phải là thai bình thường mà là thai của bậc thánh. Thai đó là gì? Là tâm bồ đề của mình, tâm giác ngộ của mình. Mình phải nuôi dưỡng, chăm sóc cái thai đó để nó sinh ra, nó lớn lên một cách tốt đẹp. Pháp Hòa lấy ví dụ, bây giờ ai có tâm niệm xuất gia thì hãy nuôi dưỡng tâm niệm đó cho nó mỗi ngày mỗi lớn lên. Còn ai đã xuất gia rồi thì phải nuôi dưỡng tâm xuất gia đó một cách trong sáng, vững chãi để không lui sụt trên đường tu. Cho nên mỗi chúng ta có hai loại thai: thai nhi bình thường và thai nhi đặc biệt. Thai nhi đặc biệt là thánh thai mà người đệ tử Phật dù nam hay nữ cũng cần phải nuôi dưỡng. Còn thai nhi bình thường là đứa nhỏ ở trong cung điện – tức là tử cung của người mẹ. Cho nên là người đang mang nó trong bụng, mình phải dưỡng dục nó – gọi là dưỡng thai, giáo thai.

Hôm nay, nhân có một Phật tử đặt câu hỏi là làm sao để hướng dẫn cho con của mình được tốt, Pháp Hòa xin thưa là đứa con có tốt hay không, mai mốt sinh ra nó thế nào thì một phần là do nghiệp lực của nó, một phần do phước của mình. Nhưng dù con mình thế nào, mình cũng nên dưỡng nó bằng trọn tâm của mình. Thật ra trên đời này vợ chồng, con cái gặp nhau không phải là chuyện bình thường đâu, là duyên hết đó. Chỉ khác là thiện duyên hay là ác duyên thôi, chứ đều là duyên.

Ai cũng có một thánh thai cần phải dưỡng. Xin chúc cho đại chúng dưỡng cái thánh thai đó thật tốt. Còn những người sắp làm cha mẹ thì nhớ dưỡng thai theo lời Phật dạy – dưỡng thai, giáo thai bằng cách giữ tâm niệm an lành. Tâm niệm an lành chính là thánh thai. Lấy thánh thai đó để dưỡng phàm thai, quý vị nhớ không? Tâm niệm an lành của mình là thánh thai, còn nếu mình đang mang một đứa con trong bụng thì đó là phàm thai. Lấy thánh chuyển phàm chính là tu, vì thực chất của việc tu là chuyển phàm thành thánh. Chúc đại chúng an vui.

LỜI BẠT

Trong bức tranh chung của Phật giáo Việt Nam ngày nay, thầy Pháp Hòa thường được nhiều người gọi là "một hiện tượng". Tuy nhiên, khi nhìn kỹ lại thì "hiện tượng" này không phải cuộc cách mạng gì lớn lao mà đơn giản chỉ là sự gần gũi, giản dị, khiêm nhường mà người thời nay đã tự đánh mất đi. Cái "hiện tượng" mà người ta nói đến hóa ra lại là cái bình thường giữa những cái bất thường và những cái tầm thường, như trong nhiều pháp thoại thầy đã chia sẻ.

Trong quá trình thực hiện *Chia sẻ từ trái tim*, ban biên tập nhận ra một điểm chung xuyên suốt các bài pháp thoại của thầy Pháp Hòa từ năm 2010 trở lại đây. Đó là, bất luận giảng về đề tài gì, thầy luôn bám sát vào nguyên lý

Nhân quả – Nghiệp báo để giải thích mọi hiện tượng, vấn đề trong cuộc sống.

Hiểu được tinh thần đó, ban biên tập đã cố gắng tổng hợp mọi phương diện của các lý thuyết này như các loại Nghiệp, các loại Duyên, các loại Quả báo và trình bày theo thứ lớp để quý vị có thể dễ dàng nắm bắt và hệ thống. Nhờ đó, có thể thấy rằng Nhân - Quả vận hành không đơn giản như đa phần chúng ta thường nghĩ. Ngoài giáo lý trọng tâm, ban biên tập cũng cố gắng chọn lọc và trích dẫn những phương pháp hành trì quen thuộc đối với người Phật tử Việt Nam như: bố thí, phóng sinh, ăn chay, trì giới, hồi hướng… để đại chúng có thể thực hiện theo tinh thần vị tha mà thầy Pháp Hòa đã chia sẻ. Không chỉ về mặt giáo lý và hành trì, nhóm biên tập cũng ưu tiên tuyển chọn các bài giảng của thầy về cách ứng xử giữa các mối quan hệ thường ngày như: cha mẹ - con cái, thầy - trò, vợ - chồng, bạn bè… để đại chúng có thể ứng dụng ngay vào trong gia đình, công việc. Cuối cùng, sách cũng dành một phần quan trọng cho các bài giảng về Tứ Vô Lượng Tâm như: lòng từ bi, kiên nhẫn, bao dung, hoan hỉ, buông xả… vì đây chính là hoa trái cuối cùng của một người tu tập mà chính Đức Phật đã từng đề cao.

Với cách trình bày từng phần nội dung như trên, *Chia sẻ từ trái tim* vừa có vai trò cung cấp những giáo lý căn bản, vừa như cẩm nang hành trì hằng ngày dành cho các vị Phật tử, cũng vừa như một tuyển tập những câu chuyện có tính nuôi dưỡng để đại chúng gần xa (dù là người Phật tử hay không) đều có thêm nguồn cảm hứng trên con đường chung hướng tới chân - thiện - mỹ. Nhưng cho dù đề tài nào, mỗi bài giảng đều luôn có một thời lượng lớn dành cho các câu chuyện vui hoặc các ví dụ gần gũi trong cuộc sống. Bởi lẽ, đó chính là phong cách đặc trưng của thầy Pháp Hòa mà đại chúng đã yêu mến. Mong rằng, khi cầm đọc quyển sách này trên tay, quý vị cũng sẽ cảm nhận được một không khí tươi vui và năng lượng từ bi của thầy như đang hiện diện trực tiếp tại buổi pháp thoại.

Vì thời lượng quyển sách có hạn, ban biên tập chỉ có thể tuyển chọn những gì đặc sắc nhất của thầy Pháp Hòa để quý vị dễ dàng tiếp cận trong hàng ngàn bài pháp thoại trên Internet. Vì vậy, sẽ không thể tránh khỏi những thiếu sót. Hy vọng quyển sách này có thể đóng góp một nhân duyên nhỏ giúp quý vị có thêm điều kiện thuận lợi trên hành trình học pháp và hành trì, và nhờ đó có thể chuyển hóa được những nỗi khổ niềm đau trong cuộc sống.

- Ban biên tập First News

ĐÔI DÒNG VỀ THẦY THÍCH PHÁP HÒA

T hầy Thích Pháp Hòa sinh năm 1974 tại Cần Thơ, trong một gia đình có hai con trai và thầy là con trưởng. Năm lên sáu tuổi, thầy đã phải xa cha của mình vì ông sang Canada. Mãi tới năm mười hai tuổi, thầy và em trai cùng với mẹ của thầy mới được bảo lãnh sang Canada để đoàn tụ gia đình.

Cơ duyên của thầy với đạo Phật đã sớm bộc lộ từ khi thầy còn rất nhỏ. Vào năm bảy tuổi, thầy đòi mẹ dẫn vào một tịnh xá xin quy y và phát nguyện ăn chay, tụng kinh, thờ Phật. Tâm niệm xuất gia trong thầy cứ thế mỗi ngày một lớn. Đến năm 1986, cha của thầy đã có đủ điều kiện để bảo lãnh gia đình sang Canada. Tuy nhiên, thầy nằng nặc đòi ở lại Việt Nam để tu hành vì sợ rằng ở Canada không có chùa để tu. Mẹ của thầy đành phải hứa sẽ cho thầy đi tu khi qua Canada, vậy nên thầy mới đồng ý đi.

Khi đặt chân đến thành phố Edmonton (Canada), thầy mới vỡ lẽ rằng nơi đây có rất ít người Việt và vì vậy cũng khó tìm thấy một ngôi chùa nào. Dù đối mặt với nhiều trở ngại, tâm bồ đề của thầy chẳng những không thối chuyển mà càng được củng cố mạnh mẽ hơn. Năm mười lăm tuổi, thầy chính thức xuất gia, thọ giới sa-di với Hòa thượng Thích Thiện Tâm (nay là Viện trưởng Viện Phật học Edmonton). Khi đó, tu viện Trúc Lâm tại Edmonton còn rất sơ khai.

Năm 1994, khi vừa tròn hai mươi tuổi, thầy được vị bổn sư gửi sang Làng Mai (Pháp) để thọ giới tỳ-kheo và đã được thiền sư Thích Nhất Hạnh trực tiếp truyền giới trong đại giới đàn Hương Tích. Sau đó, thầy chỉ ở lại Làng Mai một tháng để tu học rồi trở về Canada. Tuy thời gian lưu lại tại Làng Mai ngắn ngủi nhưng thầy đã tiếp nhận và học hỏi được rất nhiều. Từ đó, thầy có thể dung hòa những hình thức tu tập mới vào truyền thống mà thầy đang theo để ngày càng tăng tiến trong đạo.

Năm 1999, thầy được sư cô Chân Không gọi về Làng Mai để nhận truyền đăng theo lời nhắn nhủ của thiền sư Thích Nhất Hạnh. Đây là một sự ưu ái bởi vì thầy vốn không phải là tăng thân thường trú của Làng Mai. Trước buổi truyền đăng, mỗi vị phải trình bài thơ kiến giải của mình cho Sư ông xem. Thầy kể lại rằng vào phút cuối trước giờ truyền đăng, thầy mới ứng tác được bài kệ của mình:

"Mỗi bước chân đi mỗi bước về,

Hỏi chi bến giác với bờ mê.

Ô hay! Nắng ấm về trên lá,

Chim gió reo ca rộn núi Thẻ."

Sau khi đọc xong bài kệ của thầy trước đại chúng, thiền sư Thích Nhất Hạnh đã trao cho thầy bài kệ truyền đăng:

"Pháp đã trao lòng từ vạn thuở
Hòa quang tiếp độ khắp quần sinh
Sen nở rạng ngời trần chẳng nhiễm
Độ hết muôn phương chốn hữu tình."

Sau khi nhận truyền đăng, thầy trở về Canada để tiếp tục con đường hoằng pháp của mình. Đến năm 2006, sau một thời gian tu tập và giảng pháp, thầy được vị bổn sư tin cậy giao phó vai trò trụ trì tu viện Trúc Lâm. Năm 2007, sau khi tu viện Tây Thiên (tỉnh Alberta, Canada) được hoàn thành, thầy đảm nhiệm thêm trọng trách trụ trì tu viện Tây Thiên.

Về sở học, thầy tinh thông Hán văn và giảng giải rất nhiều kinh luận Đại thừa. Các tư tưởng lớn từ Hoa Nghiêm, Pháp Hoa, Bát Nhã… cho đến những kinh "khó nhằn" như Địa Tạng, Dược Sư, Thủ Lăng Nghiêm với nhiều hình ảnh ẩn dụ thường làm bối rối nhiều hành giả đã được thầy lý giải bằng ngôn từ giản dị và có tính ứng dụng cao trong đời sống. Không chỉ uyên bác về kinh điển Đại thừa, thầy còn kết hợp những hiểu biết đó với tư tưởng của Nguyên thủy nhằm bổ khuyết và làm cho giáo pháp của đức Phật càng được sáng tỏ hơn. Cho nên, bất luận giảng kinh nào, thầy cũng đều hướng Phật tử quay về gốc rễ của đạo Phật để không bị lạc lối trong mê cung của giáo lý, kinh luận.

Về pháp môn hành trì, qua các bài giảng của thầy, có thể thấy thầy rất yêu mến truyền thống Tịnh Độ ngay từ khi

còn bé: thầy tụng kinh, niệm Phật, trì chú, lạy Phật... đến quên cả ngày đêm với tất cả sự chí thành. Cho đến bây giờ, thầy vẫn luôn khuyến khích các Phật tử hành trì miên mật như một công phu tu luyện nhằm giải bớt nghiệp. Vì vậy, không có gì ngạc nhiên khi thầy nhận được sự yêu mến của đông đảo đại chúng, đặc biệt là những người ở tuổi trung niên, nhờ phương pháp tu tập rất gần gũi với đời sống và dễ thực hành.

Bên cạnh đó, cũng có khi thầy như một thiền sư, hướng dẫn Phật tử cách đi thiền hành hay ngồi thiền. Thầy kết hợp "Thiền - Tịnh song tu", khéo léo ứng dụng phương pháp chánh niệm của thiền tông vào việc hành trì của Tịnh Độ với lời chỉ dẫn "dù tu tập dưới hình thức nào cũng không rời khỏi giây phút hiện tại", làm cho cõi Tịnh Độ xa xôi bỗng như gần ngay trước mắt trong từng bước chân, từng hơi thở.

Về phong cách giảng pháp, thầy có một lối tiếp cận rất riêng, không lẫn với vị giảng sư nào: thầy thường bắt đầu bài pháp thoại bằng cách kể chuyện. Đó có thể là một câu chuyện trong đời tu của thầy, hoặc những sinh hoạt thường nhật trong chùa, hoặc một vấn đề của một vị Phật tử mà thầy có duyên gặp gỡ và giải quyết khúc mắc cho họ. Lối kể chuyện của thầy rất dung dị pha một chút hóm hỉnh với chất giọng Nam bộ, khiến cho nhiều đối tượng người nghe cảm thấy Phật pháp trở nên gần gũi, dễ tiếp cận. Thầy khéo léo lồng ghép giáo lý của đạo Phật vào các câu chuyện kể, giúp người nghe liên hệ được tư tưởng thâm sâu của đạo Phật với những vấn đề thân thuộc trong cuộc sống của chính mình. Thầy luôn biết cách giải thích các khái niệm Phật học cao siêu theo một cách đơn giản nhất.

Trong cuộc sống thường nhật, thầy luôn tỏa ra sự hoan hỉ, giản dị và từ bi không chỉ với đại chúng mà cả với những vị đệ tử trong chùa. Với đệ tử, thầy dùng thân giáo nhiều hơn khẩu giáo. Ánh mắt và phong thái nhẹ nhàng, hòa ái cũng như cách ứng xử trong mọi tình huống của thầy chính là bài pháp vô ngôn có uy lực nhất đối với đệ tử và cũng thể hiện cốt cách của một bậc đại đức.

Trong bức tranh Phật giáo ngày nay, thầy Thích Pháp Hòa vụt sáng như một hiện tượng hiếm có. Thầy chiếm được trọn vẹn tình cảm của Phật tử không chỉ ở hải ngoại mà cả tại quê nhà Việt Nam. Điểm đáng quý ở thầy là sự dung dị, gần gũi và khiêm cung – những phẩm chất hiếm có trong thế giới hiện đại ngày nay. Sự yêu mến mà Phật tử khắp nơi dành cho thầy Thích Pháp Hòa là một minh chứng cho thấy rằng những vị chân tu vẫn có thể chinh phục lòng người theo cách "hữu xạ tự nhiên hương".

MỤC LỤC

Sa Môn
THÍCH PHÁP HÒA

CHIA SẺ TỪ TRÁI TIM

NHÀ XUẤT BẢN DÂN TRÍ
Số 9 - Ngõ 26 - Phố Hoàng Cầu - Q. Đống Đa - TP. Hà Nội
VPGD: Số 278 Tôn Đức Thắng - Q. Đống Đa - TP. Hà Nội
ĐT: (024). 66860751 - (024). 66860752
Email: nxbdantri@gmail.com
Website: nxbdantri.com.vn

Chịu trách nhiệm xuất bản:
BÙI THỊ HƯƠNG
Chịu trách nhiệm nội dung:
LÊ QUANG KHÔI

Biên tập : Nguyễn Thảo Nguyên
Bìa : Vũ Thành
Trình bày : Phương Thảo

Thực hiện liên kết:
CÔNG TY TNHH VĂN HÓA SÁNG TẠO TRÍ VIỆT (First News)
Địa chỉ: 11H Nguyễn Thị Minh Khai, Q. 1, TP. HCM

In 5.000 cuốn, khổ 14,5 x 20,5 cm tại Công ty TNHH In - Thương mại Trần Châu Phúc (509 Tân Hòa Đông, P. Bình Trị Đông, Q. Bình Tân, TP. Hồ Chí Minh). XNĐKXB số 1653-2024/CXBIPH/5-69/DT - QĐXB số 1959/QĐXB-NXBDT cấp ngày 25/06/2024. In xong và nộp lưu chiểu quý III/2024. ISBN: 978-604-40-3340-2.